వాబి సాబి

వాబి సాబి

అసంపూర్ణత్వంలోని జ్ఞానం

నోబువా సుజుకీ

ప్రస్తావన: **హెక్టర్ గార్షియా**

'ఇకిగై: ఆహ్లాదకరమైన దీర్ఘమైన జీవితానికి జపనీయుల రహస్యం 'యొక్క సహరచయిత

తెలుగు అనువాదం : వేదాంతం వేంకట సత్యవతి

MANJUL

మంజుల్ పబ్లిషింగ్ హౌస్

First published in India by

MANJUL

Manjul Publishing House

Corporate and Editorial Office

• 2nd Floor, Usha Preet Complex, 42 Malviya Nagar, Bhopal 462 003 – India

Sales and Marketing Office

• C-16, Sector 3, Noida, Uttar Pradesh 201301 – India
Website: www.manjulindia.com

Distribution Centres

Ahmedabad, Bengaluru, Bhopal, Kolkata, Chennai, Hyderabad, Mumbai, New Delhi, Pune

Translation rights arranged by Sandra Bruna Agencia Literaria, SL

Telugu Translation of *Wabi Sabi: The Wisdom in Imperfection* by Nobuo Suzuki

Telugu edition first published in 2023 by
Manjul Publishing House Pvt. Ltd.

This edition first published in 2023

ISBN 978-93-90924-80-6

Translation by Ms. C Venkata Sathyavathi

Printed and bound in India by Thomson Press (India) Limited

విషయ సూచిక

“నిట్టనిలువు గీత మానవులకి చెందినది,
భగవంతునికి చెందినది వంపు గలది.”

-ఆంటోని గాడీ

ప్రస్తావన

అసంపూర్ణతలోని చమత్కారం

జపానులోని ఒక జెన్ ఆశ్రమంలోని ఉద్యానవన బాగోగులు చూసే ఒక సన్యాసికి వింతైన ఆలవాటు వుందని చెప్పుకునేవారు. రాతి రహదారి మీదగల రాలిన ఆకులను ఊడ్చిన తరువాత ఆయన మళ్లీ ఒక్క ఆకైనా రాలేవరకూ ఆగి ఇంటిలోనికి వెళ్లేవాడు.

ఆయన ఎందుకలా చేసేవాడు?

ఒక ప్రక్క చెట్లు బంగారు వన్నె ఆకులను తమంతటతామే అందంగా వెదజల్లుతాయనే ఉద్దేశ్యం కాగా రెండో ప్రక్క అందం అనేది సంపూర్ణతతోనూ, సమతుల్యంతోనూ నిండివుండడం ప్రకృతి సిద్ధమైనది కాదన్న జపనీసు ఆదర్శం దృష్టిలో పెట్టుకోవడం. సహజత్వం అంటే ఖాళీగా శుభ్రపరచిన ఉద్యానవనంలో అందంగా ఒక ఆకు రాలిపడడం.

జపనీసు సంప్రదాయంలో చెప్పుకోదగ్గ లక్షణం ఏమిటంటే అందంపట్ల వారికున్న వింతైన అవగాహన. ఒక పాశ్చాత్యునికిగానీ, చైనీసువానికి గానీ అందమైన కప్పు ఏదంటే ఆధునికమైనదిగా వుండి, సరిసమానమైన చుట్టుకొలతలు కలిగి, నునుపుగా తప్పుపట్ట వీలులేనట్లుగా వుండడం. ఒక వేళ అది అలంకరించబడి వున్నట్లైతే ఆ అలంకరణ అంతా సరిసమానంగా ఒకే విధంగా వుండడం.

జపానులో అత్యంత ఖరీదైన కప్పు ఏదంటే దాని లోపాలే దాని ప్రత్యేకతలుగా గల కప్పు. దానికి సొట్టలు వుండవచ్చు లేదా ఇసుకరాయి అతకడం వల్ల గరుకుగా వుండవచ్చు. ఒక్కోసారి పగిలివుండవచ్చు లేదా పగిలినదానిని కిన్‌సూగి కళ ద్వారా అతికించి వుండవచ్చు. ఈ కిన్‌సూగి కళను గూర్చి తరువాత వచ్చే అధ్యాయంలో మాట్లాడుకుందాం.

ఇటువంటి కప్పు ప్రత్యేకమైనదే కాక దాని కథ అదే చెప్పుకుంటునట్లు ఉంటుంది. ఇది జపనీసు ఆత్మను ప్రతిబింబిస్తూ వున్నటువంటి వాబిసాబి తత్త్వశాస్త్రాన్ని ఉదహరిస్తున్నట్లు వుంటుంది. ప్రకృతికి దగ్గరగా వున్నవి అందంగా పరిగణిస్తూ ఈ క్రింది సూత్రాలు చెప్పవచ్చు.

1. ఏదీ సంపూర్ణమైనది కాదు.
2. ఏదీ పూర్తిగావింపబడలేదు.
3. ఏదీ శాశ్వతము కాదు.

మానవులను పరిగణనలోనికి తీసుకున్నప్పుడు, మన అసంపూర్ణతని మనం తెలుసుకున్నప్పుడు మనం, వినమ్రములుగా వుంటాము. దీనిని అంగీకరించినప్పుడు మనం ప్రకృతి విరుద్ధమైన పూర్ణత్వంవైపు పరుగిడి మనని మనం ఒత్తిడికి గురిచేసుకోము. సంపూర్ణత్వం అనేది ప్రకృతిలోనూ లేదు, మనుష్యులలోనూ లేదు.

మనలో అసంపూర్ణత్వాన్ని ఆమోదించడం, మరియు ప్రతీ వ్యక్తియొక్క ప్రత్యేక ప్రవృత్తిని అంగీకరించడం అంటే దానికి మనం బద్ధులమై గిరిగీసుకుని వుండటం కాదు. అందుకు విరుద్ధంగా, అది మనం నిజమైన మానవత్వం గలిగిన వ్యక్తులుగా పరిణతి చెందడానికి తోడ్పడుతుంది.

ఎవరైన తాము శ్రేష్ఠులమని భావించారంటే అది తప్పు. జీవితంలో ఎప్పుడూ అభివృద్ధికి చోటు వుంటుంది. కనుకవారిలో మార్పు కొరవడినట్లే. అలా వ్యక్తిగతమైన, పరిపూర్ణమైన విశ్వాసం గలిగి వుంటే వారిలో అభివృద్ధి కొరవడినట్లే. అటువంటి వారు కఠినంగా శిలాజంవలె జీవం కోల్పోయి వుంటారు.

ఇక రెండో సూత్రానికి వస్తే, ఏదీ పూర్తిగావింపబడలేదని వాబిసాబి సంక్షిప్తంగా గుర్తు చేస్తుంది. జీవన్మరణాల మధ్య ఎలా అయితే ప్రకృతి అనంతంగా వ్యాప్తి చెందుతుందో అలాగే మానవులు కూడా క్రియాశీలమైన వారు.

బుద్ధుడు ఒకసారి ఇలా అన్నాడు. “నేను ఎప్పుడూ ఆరంభాన్నే”

వాబిసాబి మార్గాన్ని అనుసరించి జీవనం సాగించడం అంటే నీలోని అసంపూర్ణత్వాన్ని గ్రహించి, నిరంతరం అభ్యాస మార్గాన్ననుసరించి, ఇంకా చేయవలసినది మిగిలివున్నదని గ్రహిస్తూ అదే జీవనంగా భావించడం.

ఇక మూడో సూత్రం ఏమిటంటే మన చుట్టూ వుండేది అశాశ్వతమైన దని అర్థం చేసుకోవడం. ఇది జెన్ సిద్ధాంతానికి దగ్గరగా తీసుకువెడుతుంది. నిలకడలేనటువంటి వస్తువులను శాశ్వతముగా పొందాలని ఆశించడం బాధకు మూలమని బుద్ధుడు చెప్పాడు.

యవ్వనం ఎగిరిపోయి పక్వతనొంది వృద్ధాప్యంలోనికి దారి తీస్తుంది.

ఒకప్పుడు మీరు కొన్న అద్భుతమైన టెలివిజన్ అనుకోకుండా పనికిరాని దాని క్రింద మారి ఆధునికమైన వాటికి ధీటుగా నిలవలేకపోతుంది.

ఒకప్పుడు అత్యంత ఆకర్షణీయంగా మనని అబ్బురపరచిన వ్యక్తి, మనకు అనాసక్తకరంగా మారి, మనం వారి నుంచి చెట్టుకొమ్మలు విడిపడినట్లు దూరం జరగవచ్చు.

ఏదీ శాశ్వతం కాదు అన్న విషయాన్ని ఆమోదించిన మనం ఈ క్షణం యొక్క విలువని తెలుసుకొనుటకు ప్రోత్సాహం పొందుతాము. చేసే పనిలో మనసావాచా నిమగ్నం అవడానికి ఇది ఒక ఆహ్వానం లాంటిదన్న మాట.

మనం విహారానికి వెళ్ళినా అదే జీవితంలో ఆఖరి సారేమో అన్నట్లు, అన్ని విహారాల కంటే అదే అత్యుత్తమమైనదిగా భావించవచ్చేమో!

జపనీయుల భావనలో ఎలాగయితే విరిగిన కప్పు అందం విషయంలో అత్యంత విలువైనదో, అలాగే చెట్టుకొమ్మ నుండి రాలిపడిన ఎండుటాకు, పూలతో నిండిన పచ్చిక కన్నా కదిలించగలిగేది.

సూక్ష్మగ్రాహ్యత, అభివృద్ధి, ఆత్మ సంతృప్తితో కూడిన దిక్మండలమువైపు మన జీవితాలను ప్రోత్సహించడమే వాబిసాబి యొక్క చమత్కారం.

–నోబువో సుజుకీ

ఆలోచింపదగిన జ్ఞానపు ముత్యం

కాకుల కలకలరావములు
టోపి ధరించిన భిక్షువువలె మంచుతో కప్పుబడిన రాతి గోపురము,
మంచుబరువుకి వంగిన చెట్టుకొమ్మలు,
ఇరుప్రక్కల మంచు నడుమ దారి చేసుకుంటున్న సెలయేటి పాయ,
ఈ అసంపూర్ణ ఉద్యానవనంలో నేనొక చిన్నభాగానినేనా?
లేక ఈ ఉద్యానవనం నాలోనూ,
నా ప్రపంచంలోనూ భాగమా?

టోరో : రాతి కోట

బోకుషి : భిక్షువు

వాబి సాబి త్రిదిశీయ పరిధులు

"కొండపైని గుడిలోని గంట
సందిగ్ధంగా మ్రోగి
మంచులోకి అంతర్ధానమైంది."

- యోసానో బుసన్

కొంతకాలంగా నేను ఒక పల్లెలో నివసిస్తున్నాను. ఇక్కడ అందరూ ఒకరికొకరు పరిచయస్థులే. పల్లెలోని ఒక మూల నుంచి మరొక మూలకు నేను రోజువారి నడక ప్రొద్దునే ప్రారంభిస్తాను. ఇరుగుపొరుగు వారిని, పిల్లలనూ, పెంపుడు కుక్కలను త్రిప్పే ముసలివారిని పలుకరించి అభివాదము చేస్తుంటాను.

ప్రతివారు వారి 'ఇకిగై' - ఇచ్ఛానుసారంగా వెళుంటారు. కొందరు చేయివూపి, అభివాదం చేసి లేదా చిరునవ్వు నవ్వి ముందుకు సాగుతుంటారు.

పల్లెకు దక్షిణ దిక్కున గల ఉదారంగు వంతెనపై నడుస్తూ నది యొక్క స్వచ్ఛతని ఆస్వాదిస్తుంటాను. అక్కడగల కొండగాలి నా ఊపిరితిత్తులను, నా ఆలోచనలని ప్రక్షాళన గావించడం గమనిస్తుంటాను. బండరాళ్లపై ప్రవహించే నీటి గలగలలు పక్షుల కిలకిలరావాలతో మిళితమవుతుంటాయి. నేను తల త్రిప్పి పచ్చని మరియు కాషాయ వన్నెలతో ఆవృతమైన చెట్ల కుచ్చుటోపీని ధరించినట్లున్న కొండలవైపు దృష్టి సారిస్తాను.

గుడి యొక్క ముఖద్వారం దాటుతూ అక్కడ రాలిన ఆకులను ఊడుస్తున్నటువంటి భిక్షువులని పలుకరిస్తుంటాను. తరువాత నేను తిరిగి నా పిల్లి టామ దగ్గరికి మరియు నా రచనల వైపుకి మరలుతుంటాను.

ఇప్పుడు చెప్పినదంతా జరిగేది ఒక్క నలభై ఐదు నిముషాల నడకలోనే. కానీ ఇదే నా ఆహ్లాదానికి మూలం.

నిన్న నా స్నేహితుడు యూజి నన్ను కలవడానికి వచ్చాడు. అతడు టోక్యోలోని ఒక సాహిత్య పత్రికకు సంపాదకుడు. అతనిని నేను నాతో బాటు విహారానికి ఆహ్వానించాను. తరువాత నాయింట, ఎక్కడయితే కొండలు గోచరమౌతుంటాయో అక్కడ కూర్చుని తేనీరు సేవించాము.

“తతామి పరిమళం, గ్రీన్‌టీ పరిమళం కలిసి నన్ను బాల్యం వైపుకి తరుముకు వెడుతున్నాయి” అన్నాడు నా స్నేహితుడు.

“ఇది నాకు రోజువారి పరిమళం” అన్నాను నేను.

కొంతసేపు మౌనంగా ఊజి టీ ఆస్వాదించిన తరువాత, యూజి ఉత్సాహంగా ఇలా అన్నాడు “నోబువో.. నువ్వు టోక్యోలో నివసించడానికి రావాలి. నీవంటివాడు పట్టణంలో అన్ని విధాలా విజయం సాధించగలడు.”

“విజయం సాధిస్తే.. దాని వల్ల ఒరిగేదేమిటి?”

“నువ్వు సాహితీ సమాజంలో ప్రఖ్యాతినొందుతావు. వారు నిన్ను రోజూ సాహితీ కార్యక్రమాలకు ఆహ్వానిస్తుంటారు. నువ్వు అందమైన స్త్రీలనూ, సమాజాన్ని ప్రభావితం చేయగల పెద్దవారిని కలుస్తుంటావు. చాలా ధనార్జన చేయగలవు. ఇక్కడ చుట్టూ కొండల మధ్య కంటే ఎక్కువ అవకాశాలు లభించగలవు”.

“అవును.. కాని నగరవాసం వల్ల విపరీతమైన శ్రమ, ఇంతకంటే పదిరెట్లు తక్కువ స్ఫూర్తి, ఇంకా పదిరెట్లు తక్కువ ఆనందం, ఆహ్లాదమును.”

“ప్లీజు నోబువో” నా స్నేహితుడు వేడుకోలుగా అన్నాడు.

“అలా నిరుత్సాహపరుస్తూ మాట్లాడకు”.

"నగరవాసం ఎందుకు? నాకు అవసరమైన వాటికంటే ఎక్కువ వస్తువులు నేను పొందేందుకు".

"నువ్వు పూర్తిగా 'జెన్' సిద్ధాంతానికి చెందినవాడివి - నువ్వు ఎప్పటికి మారవు."

"నాకు అవసరమైన దానికంటే ఎక్కువ నేను పోగు చేయడమెందుకు. నా స్వభావానికి తగిన విధంగా నేను జీవిస్తాను. వాబిసాబి నాకు మార్గదర్శకం".

"వాబిసాబి అనేది రసజ్ఞాన సంబంధమైన అంశం. అది నీ కళకి తోడ్పడుతుంది కాని మిగతావాటికి కాదే".

నాకు సంబంధించినంత వరకు వాబిసాబి వాటి నన్నింటిని అధిగమిస్తుంది" అంటూ నేను నిరాకరించాను. "అది ఒక తత్త్వశాస్త్రం, ఒక జీవన విధానం. నేను ఇంకా ముందుకు వెళ్లి విశ్వాన్ని అర్థం చేసుకునే సాధనం" అంటాను.

"అది నిజమే. తప్పు చేస్తున్నావేమో అని నీ కనిపించట్లేదా? తోచినది వ్రాయడం, పియానో వాయించడం, కొండలలో తిరగడం మినహా ఏమి చేయలేదని ముమ్మందు బాధపడవా?'

నేను నవ్వేసి, ఇలా అన్నాను "వాబిసాబి జీవితంలో తప్పులుండబోవు. జీవితం అంటేనే అసంపూర్ణమైనది. కాబట్టి నేను తప్పు చేస్తే, అలాగే కొనసాగనీ".

నా సంపాదక మిత్రుడు వెళ్లిన తరువాత సంధ్యాసమయంలో నా పిల్లిని చేరదీసి ఆలోచిస్తూ, నేను వాబిసాబి త్రిదిశీయ పరిధులు గలదిగా భావించాను.

అది చెప్పే ముందు వాబిసాబి నాతోటి నా దినచర్య అంతట అంటే నేను ప్రొద్దున లేచినది మొదలు నిద్రించేవరకు వుంటుందని చెప్పగలను. నేను సృజించే నా కళలో, నా యింటిలో, నా తోటలో ఇంకా నా మిత్రుల తోటి, నా కుటుంబ సభ్యులతోటి నాకున్న సంబంధ బాంధవ్యాలలో కూడా

వుంది. నా యీ పిల్లి టామతో నాకున్న అనుబంధంలో కూడా వాబిసాబి వుంది.

వాబిసాబి అంటే నా భావన, నా ఉనికి ఇంకా విశ్వంతో నేను అందంగా, సామరస్యంగా, శాంతియుతంగా మాట్లాడే పరిభాష.

యూజి రాక ఈ పుస్తకం వ్రాయడానికి ప్రేరణగా నిలిచింది. ఇది ఈ క్రింద చెప్పబడిన పరిధులలో మూడు భాగాలుగా విభజించబడినది.

1. వాబిసాబి తత్త్వశాస్త్రం

మొదటి భాగంలో నేను వాబిసాబిని ఒక లౌకిక దృష్టిగానూ, ఒక అస్తిత్వవాద తత్త్వశాస్త్రంగానూ పరిగణిస్తూ వివరిస్తాను. విశ్వం పట్ల, అనుబంధాల పట్ల ఒక విభిన్నదృష్టిని అది ప్రసాదిస్తుంది. వాబిసాబి గాజుపట్టిక (ప్రిజమ్) నుంచి ప్రపంచాన్ని చూడడం వల్ల సామరస్య జీవనం ఆందోళనకాలంలోనూ, శాంతియుత సమయంలోనూ సాధ్యపడుతుంది.

అన్నీ అశాశ్వతమేనని వాబిసాబి తత్తశాస్త్రం తెలుపుతుంది. యుగాలకొలది నిలబడే కొండచరియల నేర్పరిచే బండరాళ్లు కూడా ఒక రోజు అంతర్ధానమవవలసినదే. అంతా ప్రవహించే ధారాలాగా వున్నప్పుడు, మనం ఎదురీదితే కష్టపడుతాము. దాని దిశను అనుసరించడమే ఆనందమయమైన మార్గం. కొన్నిసార్లు విచారకరంగానూ, నిర్లిప్తంగానూ అనిపించవచ్చు కానీ ఈ భావనలు అనుభవింపదగినవే. నిన్నటిలాగానే రేపు వుండనప్పుడు, వర్తమానాన్ని గురించిగానీ, భవిష్యత్తు గురించిగానీ విచారం ఎందుకు?

2. వాబిసాబి కళ

ఒక రసాత్మకమైన కళగా ఇది కళాత్మకమైన వస్తువుల అంతరార్థం తెలుసుకొనుటకుపయోగపడుటకంటే మన చుట్టూ వుండే వస్తువుల

అంతరార్థాన్ని, మన యింటి అంతరార్థాన్ని అన్వేషించడానికి ఉపయోగపడుతుంది.

వాబిసాబి కళకు మూడు ఉదాహరణలు:

- ఒక సాంప్రదాయ జాపనీసు నివాసాన్ని, వంద ఏళ్ల నాటి బీటలువారిన చెక్కను యథాతథంగా వుంచుతూ పునరుద్ధరించడం.
- క్రిందపడి ముక్కలయిన తేనీరు కప్పును (టీకప్పును) 'కిన్సూగి' ప్రక్రియతోటి బాగుచేయటం.
- అసంపూర్ణ వ్యక్తిత్వాలున్న మనుష్యుల దైనందిన జీవితగతులను చలనచిత్రాల ప్రధానాంశములుగా చేయడం నా దేశస్తుడయిన యసుజిరో ఓజు (Yasujiro ozu) చిత్రాలు ప్రముఖమైన వాబిసాబి కళ.

3. వాబిసాబి - ఒక జీవన విధానం

వాబిసాబిని అర్థం చేసుకున్నంత మాత్రాన ఆ విధానాన్ని అనుసరించి జీవిస్తున్నట్లు కాదు. ఈ మూడవ భాగంలో దైనందిన జీవితంలో ఈ తత్త్వశాస్త్రాన్ని అనుసంధిస్తున్న ఆలోచనలు, వాటిని అభివృద్ధి చేసే ప్రతిపాదనలు చూస్తాము. ఎలాగంటే...?

- పాత వస్తువులను కొనసాగిస్తూ, వాటిని పాతస్నేహితుల్లా పరిగణిస్తూ ఉండడం.
- అవకాశాల్లా కనిపించే సామాజిక లేదా వ్యాపార ప్రతిపాదనలను నిరాకరించుట నేర్చుకోవడం.
- ఏ జీవికి సంపూర్ణ జీవితం వుండదు కనుక జీవితంలో వుండే అసంపూర్ణత్వానికి వ్యాకులపడకుండా వుండడం.

- మనతో మనం సమాధానపడి, మన చుట్టూ వుండే వారితోనూ, స్నేహితులతోనూ, కుటుంబంతోనూ సామరస్యంతో మెలగి, విధివక్రగతులకు కలవరపడక, ప్రతీ మార్పును మనకనుగుణంగా మలచుకుంటూ వుండటం.
- ప్రకృతితో మమేకమై జీవిస్తూ, పల్లెల వెంట నడకబాట పట్టడం, మొక్కలను మీ తోటలో లేదా వరండాలో పెంచడం.
- వాబిసాబి యొక్క రసాత్మకమైన సిద్ధాంతాన్ని అనుసరిస్తూ ఏదో ఒక కళని సాధన చేయటం.

ఈ మూడు దిశల దిగ్మండలం మీద వుంటూ, మనం జీవితం యొక్క నిజస్వభావాన్ని వాస్తవికతని పరిశీలిస్తూ నిత్యం రూపాంతరం చెందే ప్రయాణాన్ని ప్రారంభించుటకు సిద్ధంగా వున్నాము.

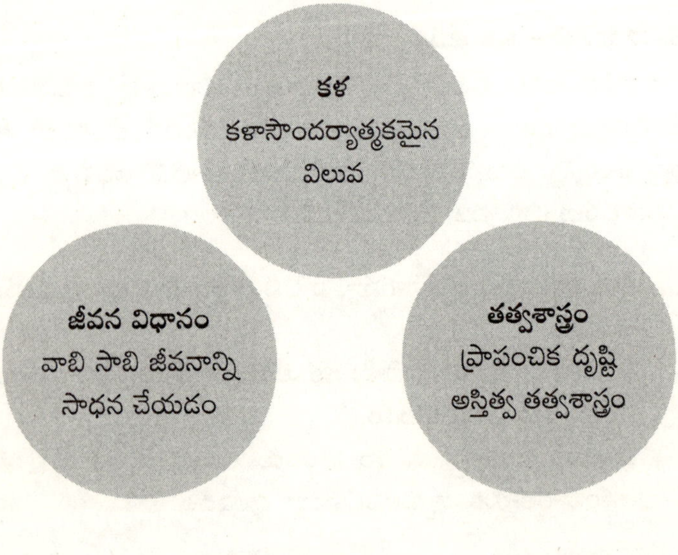

I

వాబి సాబి తత్త్వశాస్త్రము

ఆలోచింపదగిన జ్ఞానపు ముత్యం

వాస్తవిక ప్రపంచంలో సంపూర్ణత్వం లేదు,
అది కేవలం మానవ మస్తిష్కంలో వుంది.
దేవతలు కూడా సంపూర్ణులు కారు,
వారు సంపూర్ణత్వాన్ని ఆశించరు కూడా,
దేవతలే సంపూర్ణత్వాన్ని ఆశించనప్పుడు
వారే అసంపూర్ణులైనప్పుడు
మనుష్యులు సంపూర్ణత్వం వైపు
అర్రులు చాచుతారెందుకు?

కామీ : జపనీసు భాషలో ఇష్టమైన దానికి
లేదా ఆత్మకోసం ఈ శబ్దాన్ని ప్రయోగిస్తారు

ఈ భావన యొక్క మూలాలు

"సారస్వము దక్కే వరకు ఒలవండి, కాని
కవిత్వాన్ని తొలగించకండి."
- లియోనార్ట్ కొరెన్

వాబిసాబి అనువాదానికి కష్టమైన భావం. దానిని మాటల్లో సరిగ్గా నిర్వచించటం సాధ్యం కాదు కనుక అది భాషపట్ల నాకున్న తేలికైన భావాన్ని వెలిపుచ్చుతుంది. జపనీయులైన మేము మా భాషలోని అస్పష్టతని, జీవితంలో గల సందిగ్ధతని ఇష్టపడతాము.

అస్పష్టత అనేది అందమైనది ఎందుకంటే అది అనేక అవకాశాలకు దారి చూపుతుంది.

ఖచ్చితమైన నిర్వచనంతో కాక, సాధ్యమైనంత వరకూ జపనీయుల నిత్యజీవనంలో వాబిసాబి అనుభవం ఎటువంటిదో వివరించటమే ఈ పుస్తకం యొక్క లక్ష్యం.

భాషాపరంగా చూస్తే 'వాబి' మరియు 'సాబి' అనే పదాల కలయిక వాబిసాబి. ఈ రెండు పదాలు స్వతంత్ర ప్రతిపత్తి కలిగినా, ఐస్కాంతముతో జోడింపబడినట్లు జంటగా వుంటాయి.

ఈ రెండింటి జోడిని చరిత్ర ద్వారానే అర్థం చేసుకోగలము.

ఈ రెండు పదముల క్రమవికాసం

యథాలాపంగా చెప్పాలంటే రెండు మాటలూ, ఆరంభంలో ప్రతికూల భావాలని ప్రకటించడానికి తోడ్పడేవి. కాలక్రమేణ ఆ అర్థం అంతర్ధానమైంది. నాకు మాత్రం ఆ అంతర్ధానం విచారకరంగా గతంలోకి తొంగిచూసేలా చేసింది.

పదునాలుగవ శతాబ్దంలో ఆధునిక జపనీసు భాష అంకుర దశలో వున్నప్పుడు, 'వాబి' అన్న పదం ప్రకృతితో మమేకమై ఒంటరిగా జీవించే జెన్ సన్యాసుల వాడుకలో వున్నది. వారు తమ ఏకాంతాన్ని ప్రకటించేటందుకు 'వాబి' అన్న పదం వాడుకునేవారు.

ఏకాంతం ఎలా రుచిస్తుంది?
ఎన్ని రకాల ఏకాంతాలు వున్నాయి?

సాధారణమైన 'ఒంటరితనాన్ని' చెప్పుకునేటందుకు వారికి వేరే పదాలు వుండగా, ప్రకృతిలో మమేకమైయున్న ఏకాంతాన్ని ఉదాహరణకి ఒంటరిగా అడవిలో వుండడాన్ని చెప్పడానికి వారు 'వాబి' పదాన్ని ఉపయోగించేవారు.

కాలక్రమేణ అర్థంలో మార్పులు చెందుతూ, నేడు 'వాబి' అనే పదం ప్రశాంతతని, గ్రామీణ నిరాడంబరతత్వాన్ని, అందమైన అసంపూర్ణత్వం గురించి చెప్పడానికి ఉపయోగపడుతోంది.

ఇక రెండవ పదం జెన్ బుద్ధిజం సాంఘిక పరిసరాలలోంచి ఆవిర్భవించినదే. ఇది వరకు, అపసవ్యమైనదేదైనా 'సాబి'గా అర్థం కలిగి వుండేది. ఏదైనా ఎండిన, వంగిపోయిన, కుళ్ళిపోయిన , లేదా పాడయిపోయిన దానిని వర్ణించడానికి ఉపయోగించేవారు. 'వాబి' లాగానే కాలక్రమేనా సవ్యమైన అర్థం సంతరించుకొని నేడు 'సాబి' అంటే వయస్సు, అనుభవం తెచ్చిన అందం, ప్రశాంతతగా పరిగణించబడుతోంది.

	వాబి	సాబి
నేటి అర్థం	• గ్రామీణ నిరాడంబరత • అణచివేయబడిన నాజూకుదనం • తాజాదనం • ప్రశాంతత • అందమైన క్రమరాహిత్యం లేదా అసంపూర్ణత్వం	• వయస్సు తెచ్చిన లేదా పరిపక్వత తెచ్చిన అందం, ప్రశాంతత • అసంపూర్ణతను మెచ్చుకోవడంలోని ఆహ్లాదం
చారిత్రక అర్థం	• ప్రకృతితో మమేకమైన ఏకాంతం • కృశించు	• ఎండిన • వంగిపోయిన • తుప్పుపట్టిన

అసంపూర్ణత, అనిత్యమైన వస్తువులతో కూడిన ప్రపంచాన్ని, జీవితాన్ని దర్శించటమే వాబిసాబి జీవన విధానంలోని ముఖ్య సూత్రం. అసంపూర్ణత, అశాశ్వతత్త్వంలోని అందమే వాబిసాబి తత్త్వం.

ఆధ్యాత్మిక పరంగా ఆలోచిస్తే, అది జెన్ సిద్ధాంతంతో చిక్కగా అల్లుకొని వుంది. ఈ విషయాన్ని మనం వచ్చే ఆధ్యాయంలో చూద్దాం.

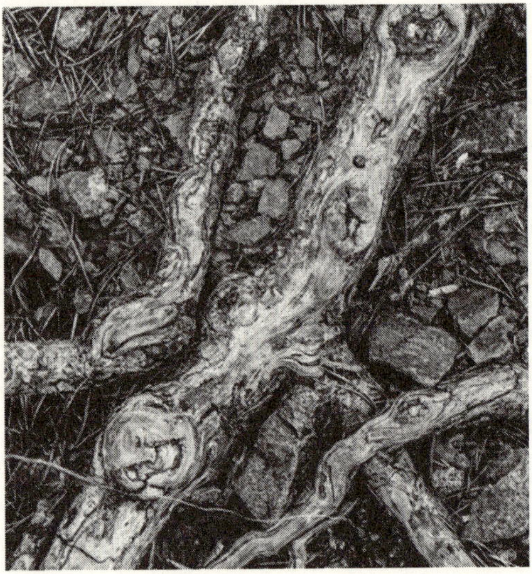

ఆలోచింపదగిన జ్ఞానపు ముత్యం

అది వేసవి వాసనలు వెదజల్లుతోంది.
కాని నేను గ్రహించులోపునే, చెట్లు కాషాయం సంతరించుటచే
శిశిరం అరుదెంచినది,
అంతలోనే అంతట మంచుముసుగు వేసుకుని
చలికాలం వచ్చేసింది.
మంచు కరిగింది ఈ లోపునే పూవుల ప్రపంచాన్ని
రంగులమయంగావించి
వసంతం వచ్చేసింది.

నేను ఈ సమ్మోహక ఋతుచక్రంలో జీవిస్తున్నాను
కాని ఏదో ఒక రోజు నేను మాయమైపోతాను
కాని అవి రూపాంతరము చెందుతూనే వుంటాయి.
నా నిష్క్రమణం మరచినట్లుగానే!

జెన్ మరియు వాబి సాబి

"ఒకటేలా వున్న నదీప్రవాహంలోనికి రెండుసార్లు ఎవరూ ప్రవేశించరు"

- హెరక్లిటస్

నాలోని ఏదో శక్తి నేను నిశ్చితత్వంవైపు అంటుకొని వుంటున్నట్లు వుంటుంది. ఆ తత్త్వంలేనిదే నేను సురక్షితంగానూ, ఆనందంగానూ వుండలేనని నాకనిపిస్తోంది. నా జీవితంలో వుండేవన్నీ స్థిరంగానూ, సంపూర్ణంగానూ వుండాలని నేను రహస్యంగా కాంక్షిస్తుంటాను.

మరో ప్రక్క ఆ దివ్యమైన స్థితి ఎప్పటికీ రాదని తెలుసుకుంటాను. ఎందుకంటే జీవితంలో మార్పు నిశ్చితము. అది నిరంతర ప్రవాహము. మన మనస్సెంత పరితపించినా అంటి పెట్టుకుని వ్రేలాడడానికి ఏదీ లేదని, చేరుకోవడానికి స్థిరంగా ఏ పీఠభూమి లేదని తెలుసు.

ప్రతీది నిరంతరం ప్రవహిస్తుంటుందని అంగీకరించడమే ఆనందంగా వుండడం.

బుద్ధుని సిద్ధాంతాలలో ఇది మొదటిది. జపానులో ఇదే జెన్ సిద్ధాంతంగా పరిగణించబడుతుంది. ఇదే జీవితానికి మొదటి సిద్ధాంతం.

బుద్ధిజం ప్రకారం జీవితానికి మూడు మూల సిద్ధాంతాలు

అవి ఏమిటంటే :

1. అన్ని జీవుల యొక్క అశాశ్వత తత్త్వము (పాళీలో 'అనిక్క', జపనీసులో ముజో 諸行無常).
2. దు:ఖం లేదా అన్ని కోర్కెలు తీర్చుకోలేని అశక్తతత (పాళీలో 'దు:ఖ')
3. శూన్యత, అహం లేకుండుట, అహం మనలోని భాగం కాకుండుట (పాళీలో శూన్యత)

ఈ సూత్రాలు అందరిలోనూ వుండటమే కాకుండా, మన చుట్టూ వుండే ప్రతీదానిలోనూ కనిపిస్తుంది. ఈ మాట విశ్వజనీనమైన సత్యాలేకాక జ్ఞానాత్మకంగా స్పష్టమైనవి. వీటిని రుజువు చేయడానికి కష్టతరమైన విజ్ఞాన శాస్త్రం అవసరం లేదు. అయితే కొందరు ప్లేటో లాంటి విజ్ఞానులు దీనిని గతంలో ఖండించారు. ప్లేటో తన 'సహజ ఆలోచనల సిద్ధాంతం' (ఇన్నేట్ ఐడియాస్ థియరీ) లో ఒకానొక వాస్తవస్థితిలో ఏదీ మారదు అని వాదిస్తాడు.

1. జీవితానికి మొదటి సూత్రం-అశాశ్వతత్వం గురించి

జపనీసు పదజాలం 'షోగ్యో ముజో' 諸行無常 అంటే ప్రపంచంలో గల ప్రతీది మార్పు చెందేది, ఏదీ స్థిరం కాదు. మన భావనలు, ఆలోచనలు, మరియు ఉనికి అన్నీ కాల ప్రవాహంలో కొట్టుకుని పోతుంటాయి.

మార్పు అంటే ఏమిటో మనందరికీ తెలుసు. భావనాపరంగానూ, మన కళ్లతోనూ, ప్రతీక్షణం మార్పుని మనం గమనిస్తుంటాము. వాసనలు ప్రవహిస్తుంటాయి, శబ్ధం ఒకటి తరువాత ఒకటి వస్తుంది. రుచికరమైన భోజనంలోని సువాసనలు వివిధంగా వస్తుంటాయి.

ఒకే విధమైన శబ్ధ పరిణామం క్రింద వుంటే దానిని మనం సంగీతంగా పరిగణించము. మన జీవితాలలో కూడా అంతే.

మన శరీరం యొక్క యవ్వనం అశాశ్వతమైనదని, మనం ముసలివారమై మరణిస్తామని మనకు తెలుసు. మనలోనూ, మన చుట్టూ వుండే వాటిలోనూ అశాశ్వతత్త్వం భాగమే.

సుమారుగా బుద్ధిజం పుట్టినకాలంలో ఆసియాలోనేకాక ప్రపంచంలోని అన్ని భాగాలలోనూ ఈ అశాశ్వతత్త్వాన్ని గ్రహించారు.

క్రీస్తు పూర్వం 535 బీసీలో హెరక్లిటస్ ప్రాచీనమైన, తీర ప్రాంతమైన ఎఫేసస్ నగరంలో జన్మించాడు. ఆ నగరానికి వేలకొలది కిలోమీటర్ల దూరంలో, హిమాలయాలకు దగ్గరగా 480 క్రీస్తు పూర్వంలో సిద్ధార్థ గౌతముడు జన్మించాడు.

'పాంటరే (ప్రతీది ప్రవహిస్తుంది) అన్నది హెరక్లిటస్ సిద్ధాంతం యొక్క మూలసూత్రం. ఇదే సరిగ్గా బుద్ధిజం ప్రకారం జీవితానికి మొదటి సూత్రం!

ఈ కాలాన్ని జర్మన్ తత్త్వవేత్త కార్ల్ జాస్పర్స్ 'అక్ష సంబంధ కాలం' ('యాక్సిల్ ఏజ్') అని పిలిచాడు. ఆ సమయంలోనే ప్రపంచంలోని వివిధ భాగాల్లోగల మానవజాతి తమని తాము తెలుసుకొని, తమ పరిధుల గురించి గ్రహించి, ఒక మేధా సంబంధమైన స్పష్టతకొచ్చి ఈ అభిప్రాయాన్నే ఆమోదించాయి.

మన ఉనికి అనిత్యమన్న విషయం, కాల ప్రవాహంలోని అశాశ్వతతత్త్వం గూర్చి చెప్పే ఈ మొదటి జీవిత సత్యం కళలలోనూ కనపడుతోంది.

నిత్య జీవనానికి ఆపాదిస్తే, ఈ అశాశ్వతతత్త్వం కాల ప్రవాహాన్ని ఆహ్వానిస్తున్నట్లు, గతం బరువుతో కృంగిపోకుండా, భవిష్యత్తుని గూర్చి ఆందోళన చెందకుండా, ప్రతీరోజుని ఇక్కడే, ఇప్పుడే అనుభవించేలా చేస్తుంది.

2. జీవితానికి రెండో సూత్రం - దు:ఖం గురించి

జపనీసులో 'దు:ఖాన్ని' వివరించే సరియైన పదజాలం లేదు. పాశ్చ్యాత్తులు అనుకున్నట్లు దురదృష్టకాలంలో మనం అనుభవించే బాధ, 'దు:ఖం'లో ఒక భాగమే అయినా, అదే పూర్తిగా 'దు:ఖం' అని చెప్పడానికి లేదు. మనం రోజూ అనుభూతిపొందే 'నిరంతర అసంతృప్తి' దు:ఖానికి దగ్గరగా ఉండే భావం.

మనం ఆశించే 'ఇంకా కొంచెం' అన్న భావానికి, మనకూ మధ్య ఆవిర్భవించే దూరమే 'దు:ఖం' లేదా 'అసంతృప్తి'. మనం పొందకూడనిదాని కోసం, ఆశించకూడదన్నట్లు అందువల్ల మనం ఎన్నటికీ సంతృప్తి చెందలేమన్నట్లున్నమాట. ఎక్కువగానో, తక్కువగానో ఈ నిరాశ మనలో అంతర్లీనంగా ఒక ఖాళీదనంగానో, పితలాటకంగానో ఏర్పడి మనని మన తరువాత లక్ష్యం వైపు దారి తీయిస్తుంది.

ఇది క్లిష్టమైన అస్తిత్వ శూన్యతకావచ్చు. లేదా భోజనమైన తరువాత కొంత సేపు సంతృప్తి చెంది మళ్లీ ఒక చాక్లెట్ కోసం ఆశించడమో, లేదా నిద్రించాలని ఆశించి ప్రక్క పరుపు లేక నిద్రించలేకపోవడం వంటి సాధారణమైన విషయం కావచ్చు.

మన ప్రస్తుత వాస్తవికతకు, మనం పొందడానికి ఆశించే దానికి మధ్యనగల దూరం తక్కువగా వున్నట్లయితే, మనకు తక్కువ దు:ఖం లేదా అసంతృప్తి అనుభూతి చెందుతాము. అంటే ఒక రకంగా చెప్పాలంటే ఆనందంగా వుంటాము.

ఒక సూత్రంగా చెప్పాలంటే, ఆనందం అంటే మనం వున్న వాస్తవికత నుండి మనం పొందాలనుకుని ఆశించేదానిని తీసి వేయడమే.

ప్రస్తుత వాస్తవికత

|

|

(ఈ ఖాళీ లేదా దూరం మన అసంతృప్తి లేదా 'దు:ఖం'.
ఈ దూరం తక్కువైతే, మనం తక్కువ బాధపడుతాము)

|

|

కోర్కెలు

(మనం ఊహించుకునే సంపూర్ణ వాస్తవికత.
మనం పొందాలనుకుని ఆశించేది.
మనకు కావాలి అనిపించేది కానీ మన దగ్గర యిప్పుడు లేనిది)

ఆనందం అనే సమీకరణం: *ఆనందం = వాస్తవికత – (మైనస్) కోర్కెలు*

చక్కగా వివరించాలంటే, మన కోర్కెలు మితంగా వుంటే, మనం ఆనందంగానూ, దు:ఖ రహితంగానూ, అసంతృప్తి రహితంగానూ వున్నట్లు.

3. జీవితానికి మూడో సూత్రం – శూన్యత గురించి

జపనీసులో 'కు'空 అనే పదం, శబ్ధపరంగానూ, భావగర్భితంగానూ బుద్ధిజంలో చెప్పబడిన 'శూన్యత'ను వివరిస్తుంది. కానీ నేను సంస్కృతంలోని 'శూన్యత'ని ఉపయోగించడానికి ఇష్టపడతాను. ఎందుకంటే దాని అర్థం జపనీసు పదం కంటే విశాలమైనది, శక్తివంతమైనది.

సంస్కృతంలోని 'శూన్యత'ని ఖాళీదనం లేదా లేమి, శూన్యతగానూ అనువదించవచ్చును.
అది 'శూన్య' అనగా 'సున్న', 'ఏమీ లేక పోవుట', 'ఖాళీదనం', 'అయివుండడం' అన్న పదాలతో కూర్చబడినది. అందుచేత 'శూన్యత'ని 'ఖాళీదనంతో వుండుట' అని అనువదించవచ్చు.

శూన్యత వాస్తవికతలోని, మరియు చాలా వరకు ఖాళీగా వుండే బ్రహ్మాండంలోని భాగం. కానీ లౌకిక కోర్కెల చేత బంధింపబడని ఒక వ్యక్తి యొక్క భావనాస్థితి కూడా.

వస్తువుల యొక్క వర్తమాన స్థితిని సరియైన స్థితిగా భావించే మానవులు చేరుకునే మానసిక, స్వాభావిక స్థితిని కూడా 'శూన్యత'గా పరిగణించవచ్చు. వాస్తవికతకు ఏదీ చేర్చడంగానీ, తీసివేయడంగానీ మన మస్తిష్కం చేయట్లేదన్నమాట.

మీరు ఎప్పుడైనా అసుర సంధ్యలో సముద్రతీరంలో ఆనందించేరా? అస్తమాన సూర్యున్ని మాయం చేస్తూ నక్షత్రాలు తొంగి చూస్తున్నప్పుడు, సముద్ర ఘోష వింటున్నప్పుడు లేదా సముద్రగాలి ఆస్వాదిస్తున్నప్పుడు మీరు ప్రకృతిలో మమేకమైనట్లు భావించారా? ఆ భావనకి ఏమీ చేర్చకుండా ఏమీ తీసివేయకుండా కేవలం ప్రకృతిలో భాగంగా భావించారా?

అలా అయితే, ఆ క్షణం 'శూన్యత' నిండిన క్షణం.

సాధారణంగా మనం అందుకు విరుద్ధమైన స్థితిలో వుండి, మనం వాస్తవికతకు మన అనుభూతుల రంగులో, మన చేష్టల రంగులో అద్దుతాము.

ఒక సాధారణ ఉదాహరణ: నేను ఒక స్నేహితునికి కబురు పంపాను. దానికి సమాధానం ఇంకా రాలేదు. కేవలం 10 నిమిషాలు గడిచే సరికే అతను నన్ను ఏ మాత్రం ప్రేమించట్లేదని నాకు నేను చెప్పుకుంటాను. నా పట్ల వారు విసుగు చెందేరా? నా కన్నా మంచి స్నేహితులు వారికిప్పుడు

వున్నారా? వారు వారితో కూడి కార్యక్రమం నిర్ణయించుకున్నారా? నన్ను ఆహ్వానించలేదా?

మనం అహం పరిస్థితిని ఎలా రూపాంతం చెందేలా చేస్తోందో గమనించండి. మనని మనం ప్రశ్నించుకునే ప్రశ్నలన్నీ ఆత్మగౌరవానికి సంబంధించినవి. మన స్నేహితునికి ఏదైనా జరిగివుండవచ్చునన్న చింత మనకు రాదు. మనం వదిలి వేయబడ్డవారిగా భావిస్తాము కాబట్టి మన అహం మనని నిలువనీయదు.

మనకూ, వాస్తవికతకు మధ్యన 'అహం' చేరి 'శూన్యత'కు తావు ఇవ్వదు.

కానీ ఇరవై నిముషాల తరువాత మన స్నేహితుడు సమాధానం ఇస్తాడు. తాను ఏదో పుస్తకం చదువుకుంటూ సెల్‌ఫోన్‌ని ఇంటి అవతల ప్రక్కన పెట్టేసేనని వివరిస్తాడు.

రసాత్మకమైన సూత్రంగా 'వాబిసాబి'ని ఏ కళకైనా ఆపాదించవచ్చు. అయితే ఆ కళని వాబిసాబి కళగా పరిగణించాలంటే 'శూన్యత' సూత్రాన్ని కలిగి వుండాలి.

మిమ్మల్ని మీరు ప్రశ్నించుకోవచ్చు! వాబిసాబి కళగా రూపొందాలంటే నా కళ శూన్యంగా వుండాలా అని? ఖచ్చితంగా కాదు.

ఉదాహరణకి మనం ఒక శిల్పం చెక్కుతున్నామనుకోండి 'శూన్యత' కలిగి వుండటమంటే, అది దాని పరిసరాలలో మమేకమైన నిలవాలి. ఏదో పూర్ణత్వంలో భాగంలాగా నిలవాలి. దానికై అది ప్రత్యేకంగా శిల్పం నిలబడకూడదు. దాని ఉనికి అది చాటుకోకూడదు. దానికి ఇంకేది చేర్చడం కానీ, తీసివేయడం కానీ జరగనప్పుడు అది పూర్తిగావింపబడినట్లు లెక్క.

ఇందుకు విరుద్ధంగా వుండే శిల్పం, కళాకారుని ఆత్మను లేదా అహాన్ని ప్రదర్శించుతూ అద్భుతంగా చూపరులను ఆకట్టుకోవడం అనేదిదాని ముఖ్య ఉద్దేశ్యంగా వుంటుంది.

వాబిసాబి కళ ఇటువంటిదానికి వ్యతిరేకం. ఈ కళలో కళాకారుణ్ణి గుర్తించలేము. విశ్వంలోని శూన్యతని అది నింపుకుని వుంటుంది. ఏకకాలంలో అదే కళ, అదే ప్రపంచం కూడానూ.

ఇక మన జీవితాలకి వస్తే, వాబిసాబి విధానాన్ని అనుసరిస్తే అవసరమైన దానికంటే ఎక్కువగా ఏదీ కలపము, తీసివేయము.

వాబిసాబికి ఏదీ కలపకుండా వుండటం, శూన్యత కలిగి వుండడం అత్యవసరం. దీనిని మన జీవితాలకి, మన కళకి కూడా ఒకే విధంగా ఆపాదించవచ్చును.

నీడలని శ్లాఘిస్తూ

బుద్ధుని మూడో సూత్రం గురించి వివరించుకుందాం. నా స్వదేశీయుడైన జునిచిరో టానిజకి యొక్క అద్భుత రచన ద్వారా కళలో దాని అంతర్భావం గురించి తెలుసుకుందాం. 1933లో మొదటిసారి ముద్రితమైన 'నీడలని శ్లాఘిస్తూ.." అనే వ్యాసం ద్వారా విదేశాలలో ప్రసిద్ధ జపనీసు నవలా రచయితగా వాసికెక్కాడు జునిచిరో టానిజకి.

పాశ్చాత్తులకు విభిన్నమైన జపనీసు కళ, భవన నిర్మాణ శాస్త్రం గురించి, ఈ వాబిసాబి భవన నిర్మాణ శాస్త్ర వ్యాసంలో టానిజకి చర్చిస్తాడు. పాశ్చాత్యులు ప్రకాశవంతమైన, నునుపుదేరిన, తిన్నగా క్రమం తప్పకుండా వుండే నిర్మాణాన్ని ఎంచుకుంటే జపనీసు భవన నిర్మాణ కళలో అసమానతను ప్రతిబింబిస్తూ నీడల యొక్క శక్తిని ప్రదర్శించుతూ, 'శూన్యత' నడయాడుతూ వుంటుంది. జపానులో ఒక వస్తువు పచ్చని మెరుగుల దిద్దుకుంటే, ధగధగ మెరిసే దానికంటే విలువ సంతరించుకుంటుంది.

ఆ అందమైన వ్యాసంలోని ఒక భాగాన్ని చూద్దాం.

"వాస్తవంగా, జపనీసు గది అందం ఇతర హంగులపై ఆధారపడకుండా అపార దర్శకత నిండిన నీడలనుపయోగించుకునే రీతిలో వుంది. ఈ

శూన్యతని చూచి పాశ్చాత్యులు ఆశ్చర్యపోయి, ఏ అలంకారంలేని ఒట్టి గోడల మధ్య వున్నట్లు భావిస్తారు. ఇది వారి సాంప్రదాయ దృష్టికి అద్దం పట్టినా, వారు నీడల యొక్క రహస్యాన్ని అర్థం చేసుకోవడంలో విఫలులైనారు."

తనని తాను శూన్యతతో నింపుకోవడం

శూన్యత ఒక ఆధ్యాత్మిక లేక ఒక వాస్తుశాస్త్ర సూత్రమే కాదు. అది మన జీవితానికి స్ఫూర్తి. ఇక మన భావ ప్రకటనకుపయోగపడి, మన ఆనందానికి మూలమైన కొన్ని సూచనలతో ఈ అధ్యాయనాన్ని ముగించనివ్వండి. మీరు కాలాన్ననుసరించే క్రమపట్టికలో చెప్పిన విధంగా స్థిరమైన నిర్ణయాలతో రోజుని గడపకండి.

- మీకు నచ్చిన పని చేస్తూ రోజు గడపండి.
- పచ్చదనం నిండిన ఏదో ప్రదేశంలో మీకు నచ్చివారితో (అది స్వయంగా మీకు మీరే అవ్వచ్చు) విహారానికి వెళ్లండి.
- కళ్లు మూసుకుని, శ్వాస మీద ధ్యాస వుంచి ఖచ్చితంగా ఐదు నిమిషాలు గడపండి.

శూన్యతని ప్రతిబింబించే గదిని మీ ఇంటిలో ఏర్పరుచుకొండి:

- ఒక గదిని పూర్తిగా ఖాళీ చేసి, కేవలం ఒక తివాచి, రెండు మెత్తని దిండ్లు కూర్చునేందుకు, చదువుకునేందుకు వీలుగా ఏర్పరుచుకోండి.
- ఇంకొక అలిఖిత నియమం ఏమిటంటే ఈ ప్రత్యేకమైన గదిలో ఏ విద్యుత్ పరికరము వుండకూడదు.

- ఒక దళసరి కాగితంపై 'ఎన్‌సో సర్కిల్' ను బ్రష్‌తో చిత్రీకరించి మీరు కూర్చునే దిండ్ల ప్రక్కగా వ్రేలాడకట్టండి.

ఈ శూన్యత బోధించే ముఖ్యమైన పాఠం ఏమింటే, మన జీవితం ఆనందమయం కావడానికి కొంచెం ఆహారం, నీరు లేదా టీ, నిద్ర మరియు శ్వాస తీసుకోవడానికి గాలి మాత్రమే చాలు.

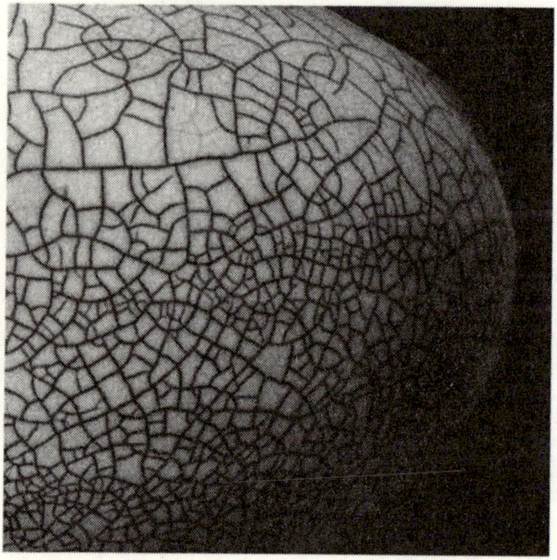

ఆలోచింపదగిన ఒక జ్ఞానపు ముత్యం

కాలానుగుణంగా నా శరీరం మరియు మనసు పరిణతి
చెందుతుంటాయి. పదేళ్ల ప్రాయంలో, ప్రపంచం అంటే ఆసక్తి తప్ప
మరేం లేదు.
ఇరవై ఏళ్ల ప్రాయంలో నేను క్రియాశీలాత్మకంగా, సాహసోపేతంగానూ,
కామ ప్రేరితంగానూ వుండాలని ఆశించాను.
ముప్పై ఏళ్ల ప్రాయంలో, స్థిరత్వం కోసం, జీవితానికో అర్థం
ఏర్పరుచుకోవాలని ఆశించాను.
నలభై వయస్సులో, దుస్సాహసాల నుంచి జ్ఞానం సముపార్జించాను.
ఏభై చేరుకున్నాను, జీవితం మాయ అని గ్రహించాను.
అందువలననే అది ఆసక్తికరంగా వుంది.
ఇంకా దశాబ్ధాలు వస్తాయని, నేను చూస్తానని ఆశిస్తాను.
ఎందుకంటే ఒక్కో దశాబ్ధంలో నా దృక్పథం ఎలా వుంటుందో
నేను తెలుసుకో కోరతాను.

మీపై మీరుగాని, ఇతరులపైగాని కఠినంగా ఉండకూడదు

"మనం మనకై మనం అర్థం కల్పించుకున్న అంతర్లీన ప్రపంచంలో జీవిస్తాం. కానీ బాహ్య ప్రపంచంలో కాదు. నేను చూసే ప్రపంచానికి, నీవు చూసే ప్రపంచానికి తేడా వుంది. మరియు ఒకరి ప్రపంచం మరొకరితో పంచుకోవడం అసాధ్యం."

-ఇకిరో కిషిమి

'గన్బరిమసు' 頑張ります అనే పదంతో చెప్పబడే జపనీసు సంప్రదాయం పనియొక్క ప్రయత్నానికి ప్రసిద్ధి. 'సాధ్యమైనంత చేయడం' ఈ పదానికి అర్థం విశదీకరిస్తే 'మొండితనం','చాచుట' 頑 అని అర్థం కాబట్టి ఈ పదం యొక్క అర్థం "మీ మొండితనాన్ని వీలు వున్నంతవరకూ సాగదియ్యండి".

ఈ ముఖ్య సూత్రం విద్యార్థులకి, క్రీడాకారులకి పరీక్షల ముందు, పోటీల ముందు ఎవరినైతే మనం 'గాన్బట్టే కుడసాయ్' సూత్రంతో చేయమని ప్రోత్సహిస్తామో వారికి ఉపయోగపడుతుంది. "గాన్బట్టే కుడసాయ్' అనగా 'నీకు వీలున్నంత కష్టపడి సాధించు' అని అర్థం.

పరీక్ష ముందుకానీ, పోటీ ముందుకానీ అది సరియైనదే కానీ, 'గన్బరిమసు' నిత్య జీవితంలో మనని దెబ్బతీయవచ్చు. ఎందుకుంటే జీవితం ఒక పరుగుపందెం కాదు మరియు పూర్ణత్వం కోసం ఆశించడం అసాధ్యం. ఇదే వాబిసాబి తత్త్వం మనకు గుర్తు చేస్తుంది.

వాబిసాబి తత్త్వం యొక్క విరుద్ధాంశం పూర్ణత్వం కోసంఆశించడం	వాబిసాబి తత్త్వశాస్త్రం అపూర్ణత్వాన్ని ఆమోదించడం
సాధించగలిగిన దానిని గౌరవించుట	దుర్బలమైన దానిని ప్రశంసించుట
మన భావనలు మనని అధిగమిస్తాయి గనుక ఆందోళన చెందటం	మన భావనలను గమనిస్తూ క్రియాశీలమైన శాంతం
పూర్ణత్వం	అసంపూర్ణత్వం.
ఉదాత్తమైన	అణకువ కలిగిన
అవసరమైనదాని కంటే ఎక్కువ చేర్చి చివరకు అబద్ధంగా తేలడం	విశ్వసనీతయత
శాశ్వతత్వం కోసం ఆశించడం, యత్నించడం	ప్రతీది అశాశ్వతం అని ఆమోదించడం
అవి నిర్ధిష్టమైనవన్నట్లు గతాన్ని గూర్చిభవిష్యత్తును గూర్చి తార్కికంగా ఆలోచించడం	కేవలం వర్తమానానికి ప్రాధాన్యత నివ్వడం
అతృత, తొందర	విరామములు
మానసిక భ్రమలు	మానసిక స్పష్టత

ఒకటే ఆకాశం, విభిన్న తారలు

మన తోటి అధిరోహకులని దాటుకుంటూ కొండ శిఖరం అధిరోహించడం సరియైనదే. కాని కొన్ని పరిస్థితులలో ఆ ఉత్సాహం వ్యతిరేక ప్రభావాన్ని చూపుతుంది. అది ఇతరులలో అలసట మరియు నిరుత్సాహం కలుగ

జేయడమే కాక మనలోమనకే అసహ్యాన్ని, నిరుత్సాహాన్ని కలుగజేస్తుంది.

మన స్నేహాలలోనూ, మన జంటల విషయంలోనూ ఇది విదిత మవుతుంది.

మన స్నేహితులు మనం ఆశించినదానికి అనుగుణంగా వుండాలనుకోవడం నిరుపయోగమే కాక, అది మన ఒంటరితనానికి దారి తీస్తుంది. ఎందుకంటే వారిపట్ల ఒకటి తరువాత ఒకటిగా ఆశించి నిరాశచెంది, చివరకు వారిని వదులుకుంటాము. "నేను నీవైతే ఇలా చేసుండేవాడిని" లాంటి వాక్యాలు మనం నిరాశచెందినప్పుడు, మనం ఆశించినది భిన్నమైనది కనుక అలా అనడం సహజంకానీ వాస్తవంగా ఇది మనుష్యుల వ్యక్తిగత పరిస్థితులపట్ల, మనకున్న అవగాహనారాహిత్యాన్ని తెలియజేస్తుంది.

ఏ ఇద్దరు వ్యక్తులూ ఒకేలా ఆలోచించడం కానీ ప్రతిస్పందించడం కానీ చేయరు ఎందుకంటే జీవన గమనంలో వారు వేరేవేరు స్థానాలలో వుంటారు కనుక. ప్రతీ వ్యక్తి తన స్థానం నుంచి విశ్వాన్ని గమనిస్తాడు గనుక ఇతరుల చెప్పుల్లో దూరడం సాధ్యంకాని పని.

పై ఉపమాలంకారం ఉపయోగించుకున్నట్లయితే, ప్రతీ వ్యక్తి వేరువేరు సమూహంలో విడిగా వున్న గ్రహాల మీద నివసిస్తున్నట్లుగా వుంటుంది. అందరి చుట్టూ చుక్కలు నిండిన ఆకాశమే వున్నా, మనం వున్న చోటుని బట్టి నక్షత్రములు వున్న తీరు మారుతుంది.

మన వ్యక్తిత్వం మీద, మన పుట్టిన కుటుంబం మీద, మన అనుభవాల మీద ఆధారపడి మన సమూహం ఏర్పడుతుంది. విశ్వంలో మనం ఒంటరిగా నివసించే చోటుని ఇవన్నీ నిర్ధారిస్తాయి.

మాటల్లోనైనా వ్యక్తికరించకుండా, ఇతరులు మన ఆశయాల కనుగుణంగా ప్రతిస్పందించటం ఎలా సాధ్యం, వారు వేరుగా వున్న నక్షత్ర వీధిలో నివసిస్తున్నప్పుడు వారి ఆకాశపు పరిధి వేరుగా వుంటుంది కదా!

జంటలలోని ఒకరు తమ ప్రయోజనాలకనుగుణంగా ఇంకొకరిని మలచుకోవాలని ప్రయత్నిస్తే విపరీత పరిణామాలతో ఇదే జరుగుతుంది. రాపిడి అధికమై విడాకులకు దారి తీస్తుంది. ప్రతీవారి వ్యక్తిత్వం వారికున్న అవకతవకలతోటి ప్రత్యేకమైనదే మరి! అవి మాయమైపోవాలంటే ఆ వ్యక్తి తన ఉనికిని కోల్పోతాడు.

వాబిసాబి ప్రేమ అంటే వ్యక్తిలోని ప్రత్యేక గుణాలని ప్రేమిస్తూ ఇరువురి బంధానికి ఆటంకపరుస్తున్నట్లయితే, పరస్పర అంగీకారంతో వాటిని కొద్దిగా మెరుగులు దిద్దుకోవడమే.

సత్యమనేది నిజంగా ఉందా?

పన్నెండవ శతాబ్ధంలోని క్యోటో నగరానికి చెందిన ముఖ్యమైన కథని, 1950లో 'రషోమన్' అనే ప్రసిద్ధ చలన చిత్రంలో, అకిరా కురోసవా వివరించాడు.

అప్పటి అధికారులు ఒక పాడువడ్డ దేవాలయానికి దగ్గరగా అడవిలో జరిగినటువంటి ఒక హత్యను గూర్చి విషయం తేల్చాలి. ఆ సంఘటన యొక్క నాలుగు వేరువేరు కథనాలని పరిశోధకులు వినవలసి వస్తుంది. ఒకటి చనిపోయిన అతని భార్యది కాగా, రెండోది బందిపోటుది, మూడోవది ఒకే ఒక సాక్షిది, ఇంకా నాలుగవది వేరొక మాధ్యమం ద్వారా వివరిస్తున్న మరణించిన అతనిది.

పూర్తిగా విభిన్నమైన వివరణలు విన్న తరువాత, సత్యాన్ని తెలుసుకోలేమన్న నిర్ణయానికి వారు వస్తారు. 1960లో హిప్పీ సంస్కృతి నవలంబించేవారు, భారతీయ ఆధ్యాత్మికత అనే మత్తును గ్రోలిన వారు అసలు వాస్తవం యొక్క ఉనికి పట్ల సందిగ్ధ అవస్థలో పడ్డారు. "బీటిల్స్" వారు తమ 'స్ట్రాబెరీ ఫీల్డ్స్ ఫరెవర్'లో "ఏది వాస్తవం కాదు, ఏదీ వ్రేలాడడానికి వీలుగా లేదు' అని పాడారు.

ఇది ఇరవై ఒకటవ శతాబ్ధపు కిమ్ కీ డుక్ యొక్క చలనచిత్రం '3-ఐరన్'లో మరో ప్రపంచంపు మోటారు వాహనదారుడు, ఒక యింటి తరువాత వేరొక యింటిలో యజమాని గైర్హాజరీలో నివసిస్తుంటాడు. ఆ చలన చిత్రం చివర ఈ వాక్యం కనబడుతుంది. "మనం నివసిస్తున్న ప్రపంచం నిజానికి వాస్తవమో, కలో చెప్పడం కష్టమే".

మీరే సాధ్యమైనంత అత్యుత్తమైన అసంపూర్ణ వ్యక్తిగా వుండండి

ప్రతీ వ్యక్తికి విభిన్నమైన సత్యం వున్నప్పుడు, మనతో వున్న వాస్తవికత ఏమిటో నిర్ధారణ అవదు. ఏ రకంగా మనం పరిస్థితులు ఎలా వున్నాయో, ఎలా వుండాలో ఎలా నిర్ధారణ చేయగలం.

ఒక చిన్న పిల్ల పియానో ముందు కూర్చొని శబ్ధాన్ని ఉత్పత్తి చేసేందుకు వ్రేళ్లతో కష్టపడుతున్నప్పుడు, ఆ ప్రయత్నం అక్కడే ఆగిపోతుందో లేదా ఆమె కాలక్రమేణ త్వరితంగా నేర్చుకుని ప్రపంచం ఎదురుచూసే వాద్యకారిణి అవుతుందో చెప్పడం కష్టం.

అదే మానవజాతి యొక్క చమత్కారం. ఒక ప్రక్క అసంపూర్ణంగా వుంటూనే, దేన్నయినా సాధించగల శక్తి కలిగి వుంటుంది.

జీవిత లక్ష్య ఆధారిత చికిత్సకు సృష్టికర్త, ఫ్రాయిడ్ సమకాలికుడు డాక్టర్ షోమ మోరిటా, జెన్ బుద్ధిజం చేత ప్రభావితులై ఈ విషయంపై ఇలా అన్నారు:

"మిమ్మల్ని మీరు త్యజించండి. ఒక మానసిక రోగిగానో, ఒక అసంపూర్ణ వ్యక్తిగానో, ఒక జాగుచేయు వ్యక్తిగానో, ఒక అనారోగ్యునిగానో లేదా మిమ్మల్ని ఇంచుమించుగా వర్ణించదగిన ఏ పేరైనా పెట్టుకుని పని మొదలుపెట్టండి. మీకు సాధ్యమైనంత అత్యుత్తమ అసంపూర్ణ వ్యక్తిగా వుంటూ, మీరు జీవితంలో సాధించదలిచిన కార్యాలలో ముందుకు సాగండి".

ఆలోచింపదగిన జ్ఞానపు ముత్యం

నా వనంలోని కేయాకి కొమ్మలు
ప్రత్యూషపు గాలికి కదలాడుతుంటాయి
నేను ఆ వృక్షంలా ఉండాలనుకుంటాను
పాతుకుపోయిన వేళ్లతో వుండి కూడా
నా కొమ్మలను వంచాలనుకుంటాను
నా జీవితం తునాతునకలైనప్పుడు
పెను తుఫానులో

కేయాకి: జపానులో పెరిగే ఒక పెద్ద ఆకురాల్చు వృక్షం

ప్రకృతి నుంచి పాఠములు

"ఎంత అద్భుతమైన విషయం!
చెర్రీ పువ్వుల క్రింద జీవిస్తూ వుండడం."

-కోబయాషి ఇసా

ఈ పుస్తకము మొదటి అధ్యాయంలో చూసినట్టుగానే ప్రకృతి వాబిసాబి తత్త్వశాస్త్ర గురువు ఎందుకంటే ఏ అందమైతే అసంపూర్ణమైనదీ, నశించేటువంటిదీ అయివున్నదో దానికి ప్రేరణగా ప్రకృతి నిలుస్తుంది.

ఏదీ రేఖాగణితంలోలాగా సరిసమానంగా పూర్తిగా వుండదు. అది మానవ మన:స్థితి మాత్రమే- ఆ అవకతవకలలోనే ప్రకృతి అందం కనబడుతుంది.

ఏదీ పూర్తిగావింపబడలేదు. 'పూర్తిగావింపబడ్డ క్రియ' అన్నది కేవలం ఒక మన:స్థితి మాత్రమే. మనిషి తన జీవన ప్రయాణంలో ముందుకు నడుస్తున్నట్లు, ప్రకృతి తన పనిని తాను అభివృద్ధి చేసుకుంటూపోతుంది.

ఏదీ శాశ్వతం కాదు - జీవన్మరణాలతో కూడిన చక్రం మాత్రమే శాశ్వతము. జీవితం నిరంతరం లోపలి నుంచి, వెలుపలి నుండి నవీకరించుకుంటూ పోతుంది.

ప్రకృతి ఒక గొప్ప గురువు కానీ మానవులైన మనం దాని నుంచి ఎంత దూరమైపోయామంటే అది చెప్పిన పాఠాలు మరచి పోయేటంత. వివిధ మునుల జీవిత పుస్తకాల ద్వారా వాటిని మళ్లీ కనుగొందాం.

సోమరియైన తత్త్వశాస్త్ర వివరణలు

1330 నుంచి 1332 వరకు యోషిదా కెన్‌కో వ్రాసిన "ఎస్సేస్ ఇన్ ఐడిల్‌నెస్" (సోమరితనంపై వ్యాసాలు) వాబిసాబి యొక్క స్ఫూర్తిని ప్రతిబింబించే అత్యున్నతమైన జపనీసు పుస్తకం. ఆయన చిన్న కాగితపు ముక్కల మీద వ్రాసి విడిగావున్న తన గది గోడలకతికించేవాడు.

కొన్ని ఏళ్ల తరువాత ఆయన స్నేహితుడు సమయము వెచ్చింది వాటినన్నిటిని గోడ నుంచి విడదీసి 243 ముక్కలుగా ప్రోగుచేసి, జపనీయుల యొక్క అత్యుత్తమమైన సాహిత్యాన్ని రక్షించాడు.

'సురెజురెగుసా' అని పిలువబడే ఈ వ్యాసాలు అన్ని వస్తువుల యొక్క అశాశ్వతతత్త్వాన్ని గూర్చి ప్రస్తావిస్తాయి. జెన్ ముఖ్య సూత్రాలయిన నిరాడంబరత, అణకువ మరియు సహజత్వం గురించి కూడా కెన్‌కో రచనలు చెబుతాయి. ప్రతీ శ్వాసలోనూ ప్రకృతిని మరియు తన మస్తిష్కాన్ని పరికించమని పాఠకున్ని ప్రేరేపిస్తాయి.

వాబిసాబి స్ఫూర్తి యొక్క సంక్షిప్తసారమైనటువంటి ఈ పుస్తకంలోని కొన్ని తునకలని మనమిప్పుడు చూద్దాం.

అన్ని వస్తువులలోనూ సమరూపత అన్నది వాంఛించదగినది కాదు. కొంత అసంపూర్ణంగా వదలడం దాన్ని ఆసక్తికరంగా మారుస్తుంది. ఇంకా ఈ అసంపూర్ణత ద్వారానే అన్ని జీవుల యొక్క జీవితం అభివృద్ధి చెందుతుంది.

క్రమం పట్ల ఆధునిక మన:స్థితి తీరుకు భిన్నంగా బహుశ అంతరంగ క్రమరాహిత్యాన్ని, అశాంతిని పూరించాలన్నట్లు ఈ 14వ శతాబ్ధపు సన్యాసి అసంపూర్ణమైన దాని విలువను పొగిడాడు.

"కొంత అసంపూర్తిగా వదలడం జీవితాన్ని అసక్తికరంగా చేస్తుంది. అతిశ్రేష్టమైన రాజాంత:పురం కట్టినా ఏదో మూల అసంపూర్తిగా వదిలివేస్తారని చెప్పుకుంటారు. పురాతన వేదాంత గురువుల రచనలలో కొన్ని అధ్యాయాలో, భాగాలో మాయమౌతుంటాయి.

అసంపూర్ణత, క్రమరాహిత్యం, దైనందిన జీవితంలో ఉండి, ఏం జరుగుతుందో మనకు తెలియకుండా వుంటుంది. కాని యోషిదా కెన్‌కో దీనికి విలువనాపాదించి "అనిశ్చిత యొక్క అమూల్యమైన కానుక జీవితం" అన్నాడు.

వాబిసాబిలో వున్న దారిద్ర్యం, మితవ్యయం 'ఎస్సేస్ ఇన్ ఐడిల్‌నెస్' యొక్క ప్రమాణచిహ్నంగా చెప్పవచ్చు. ఆ ప్రస్తావనలో కవి ఏ ఆస్థులూ లేనటువంటి ప్రాచీనమైన సాధువులను గూర్చి చెబుతూ, జూ యూ అనే చైనీసు మునిని ఉదాహరణగా చెప్తాడు.

"అతనికి ప్రపంచంలో ఒక్క ఆస్తి కూడా లేదు. అతను అతని స్నేహితుడు ఖాళీ గుమ్మడికాయ బొర్రనిచ్చేంత వరకూ దోసలి ఒగ్గి నీరు త్రాగేవారు. ఒకనాడు చెట్టుకు వ్రేలాడుకడితే, గాలికి అది చేసే ధ్వని విన్నాడు. ఆ ధ్వనికి విసుగుచెందిన దానిని వదిలివేసి మరల దోసలితోనే నీరు త్రాగేవాడు. ఆ మనిషి హృదయం ఎంత స్వచ్ఛంగానూ, స్వేచ్ఛగాను వుంది!

యోషిదా కెన్‌కో వేరొక వ్యక్తి గురించి ప్రస్తావిస్తాడు. అతను ఖైదీగా వుండి కూడా, తాను మరణించేనాడు కేవలం ఆకాశాన్ని కోల్పోయినందుకు చింతిస్తానని అంటాడు.

గుడిసె నుంచి జీవితానికో కీర్తన

"ఎస్సేస్ ఇన్ ఐడిల్‌నిస్" "జూహిత్సు'కోవకు చెందిన ఒక ప్రామాణిక గ్రంథం. 'జుహిత్సు' 11వ శతాబ్ధంలో సేషోనగన్‌చే ప్రసిద్ధి గావింపబడ్డ ఒక స్వేచ్ఛాయుత రచనా విధానం. ఈ విధానంలో సేషోనగన్ 'ది పిల్లో బుక్'లో మహారాజ్ఞి సభలో తన దైనందిన అనుభవాలను వివరించింది.

ఇంకొక ప్రసిద్ధ డైరీ 'హోజోకి' దీనినే కొన్నిసార్లు 'గుడిసె నుండి జీవితానికో కీర్తన'గా అనువదించారు. 1212లో కవి మౌని కమోనోకోమే

10 అడుగుల పూరిగుడిసెలో తన జీవితాన్ని ఈ పుస్తకంలో వివరిస్తాడు. అందులో ప్రకృతిని జీవితాన్ని క్షుణ్ణంగా ఆయన పరిశీలించాడు. జపనీసు సాహిత్యంలో ఈ వ్యాసం యొక్క మొదటి భాగం చాలా ప్రాముఖ్యమైనది. కాలగమనాన్ని గురించి, జీవితం యొక్క అశాశ్వతత్వం గురించి ఈ విధంగా మాట్లాడతాడు.

"నదీ ప్రవాహం ఎప్పటికీ ఆగదు అయినా నీరు ఇంతకు ముందున్నట్లు అదే విధంగా వుండదు. స్థిరంగా వున్న చెరువులపైన తేలే నురుగు (భ్రాంతి మూలకమైనది: ఇప్పుడు మాయమౌతూ, ఇప్పుడే ఏర్పడుతూ ఎక్కువ సేపు ఒకే విధంగా అది వుండదు".

కోమో నో కోమెకి వాబిసాబి స్ఫూర్తితో ఎలా జీవించాలో తెలుసు కున్నట్లు ఆ వ్యాసం చూపెడుతుంది.

"ఇప్పుడు నేను నా ప్రశాంత గృహంలో నివసిస్తున్నాను. అది కేవలం 10 అడుగుల చతురస్త్రపు గది, కానీ నేను దాన్ని ప్రేమిస్తాను. నేను రాజధానికి వెళ్లినప్పుడు నా బిచ్చగాని అవతారం చూసి సిగ్గుపడతాను. కానీ తిరిగి వచ్చేటప్పుడు అక్కడ సంపాదన, పరువు గురించి నిరంతరం చింతిస్తూ హడావుడిగా బ్రతికే జనాల్ని చూసి జాలిపడతాను. నేను చెప్పినదాని గురించి సందేహం కలిగితే చేపలని, పక్షులని గురించి ఆలోచించండి. చేపలు ఎప్పుడూ నీటిలోనే వుంటాయి. కానీ నీటి పట్ల ఎప్పటికీ అలసట నొందవు. మీరు చేప కానట్లయితే బహుశ మీకు అర్థం కాకపోవచ్చు: ఇక పక్షుల విషయానికొస్తే అవి అడవులను గూర్చి బెంగపెట్టుకుంటాయి. ఇది కూడా మీరు పక్షి కాకపోయినట్లయితే బహుశ మీకు అర్థం కాకపోవచ్చు. నా యింటిని గూర్చి నాకు ఇదే విధమైన అభిప్రాయం వుంది. దాన్ని గూర్చి ప్రయత్నించకపోతే ఎవరికి మాత్రం ఏం తెలుస్తుంది?

నా జీవితం కృష్ణపక్ష చంద్రునిలా ముగింపు చూడనుంది. మిగిలినవి కొన్ని రోజులే.

అడవిలో జీవితం

ఆధునిక కాలంలో హెన్రీ డేవిడ్ థరో అనుభవంలోకి వచ్చిన నిరాడంబర జీవితం గురించి వచ్చిన వ్యాసాలు పాశ్చాత్య సాహిత్యంలో ఈ వ్యాసానికి సరితూగగలవు. కన్‌కార్డ్‌లో పూర్తి సాంఘిక జీవనంలో రాల్ఫ్ వాల్డో ఎమర్సన్‌ను పొరుగువాని క్రింద, గురువుగానూ పొంది ఆయన వాల్డన్ పాన్ట్‌లో తన సొంత చేతులతో ఒక గుడిసెని కట్టుకోవాలని నిశ్చయించాడు.

ఈ అమెరికన్ తత్త్వవేత్త, నిరాశలోనిండిన జన సముద్రంలో కలవడం ఇష్టంలేక నగర జీవితానికి స్వస్తి చెప్పాడు.

సహజ జీవితం నుంచి విడదీసిన నగర సోమరితనం తను యదార్థముగా వ్రాయడానికి నివారిస్తోందని అభిప్రాయపడ్డాడు. ఆయన మాటల్లోనే "నిటారుగా నిలబడి జీవించాల్సినప్పుడు కూర్చొని వ్రాస్తూ వుండడం ఎంత వ్యర్థం".

ఆయన అక్కడ రెండే ఏళ్లు, రెండు నెలలు, రెండు రోజులు వుండి ప్రసిద్ధి నొందిన వ్యాసం "వాల్డన్ లేదా అడవిలో జీవితం" వ్రాతలో పెట్టారు. అది 1854లో ముద్రితమైనది.

ఈ అమెరికన్ రచయిత ప్రకృతి నుంచి నేర్చిన అనేక పాఠాల కుదాహరణగా ఈ నల్లపక్షి గీతం మీద సర్వోత్కృష్టమైన ఆలోచనలు.

> *"వసంతం నుంచి ప్రవహించే తాజా దనం మిట్ట మధ్యాహ్నం ఆలపించినా గానీ ఈ నల్లపక్షి గీతంలో వుంది. అడవిలోగల పుష్కలతను గూర్చి, కాలనిబద్ధతలేని శక్తిని గూర్చిగానీ ఈ నల్లపక్షి మాత్రమే చెబుతుంది. ప్రకృతి వసంతకాలంలో వుందిగనుక, యౌవనాన్ని నింపుకున్న ఆ గీతం విన్న వ్యక్తి స్వర్గానికి ద్వారాలు*

> తెరుచుకున్నట్లు ఒక క్రొత్త ప్రపంచంలోకి అడుగిడుతాడు. ఈ నల్లపక్షి కిలకిల రావము నేను పీల్చే గాలి కన్నా స్వచ్ఛమైన శాశ్వత అందం గూర్చి, శక్తి గూర్చి చెబుతుంది. దాని గొంతుగారడీ చేసి చుట్టూ వుండే వాటికి క్రొత్త అర్థాన్ని కల్పిస్తుంది. మనుష్యులకు స్పష్టమైన ఉన్నతమైన ఆలోచనలు కలుగజేయుటకై అది పాడుతుంది. అది వారి సంస్థలను వారు సంస్కరించుకునేందుకు, తోటల నుండి బానిసలకు స్వేచ్ఛనిచ్చేందుకు, చెరసాల నుంచి ఖైదీని విడిపించుటకు, వేశ్యా గృహం నుంచి బానిసను విడిపించుటకు, వారి అట్టడుగు ఆలోచనల నుంచి వారు విముక్తి పొందుటకు, అది పాడుతుంది".

అయితే థోరో మునుల కోవకు చెందినవాడు కాదు. ఆయన చిన్న గదిలో మూడు కుర్చీలుండేవని మనకు తెలుసు. వాటిని గూర్చి ప్రశ్నించినప్పుడు ఆయన "ఒక ఏకాంతానికి, రెండవది స్నేహం కోసం, మూడవది సంఘం కోసం" అని సమాధానం చెప్పేవాడు.

ఆయన తన సుదీర్ఘ తిరోగమనంలో తన జీవితం శాంతియుతంగా గడపడానికి సరిపడ పాఠాలు నేర్చుకుని మరల కన్కార్డ్‌కు వచ్చేశారు.

44 ఏళ్ల వయస్సులో అనారోగ్యం పాలుబడ్డాక ఆయన బాగోగులు కనిపెట్టుకున్న ఆయన మేనత్త ఆయనను "భగవంతునిలో స్వాంతన పొందేవా?" అని ప్రశ్నించింది. "నేనంత విడిపడ్డానని తెలుసుకోలేదు" అని సమాధానం ఇచ్చాడు.

1862లో మే 6వ తారీఖున తన తుది శ్వాస విడిచేటప్పుడు తన తుది వాక్యం ఉచ్ఛరించాడు. "ఇప్పుడే చక్కటి నౌకాయానం మొదలైంది".

II

వాబి సాబి కళ

ఆలోచింపదగిన జ్ఞానపు ముత్యం

మేపిల్ వృక్షపు కొమ్మలపై కాకులు కూర్చున్నాయి
కాకుల కూతలతో కొండ ప్రాంతమంతా ప్రతిధ్వనిస్తోంది
అస్తమయ సూర్యుడు
చెరువులో ప్రతిబింబిస్తున్నప్పుడు, నేను యోచిస్తాను:
ఏది అత్యంత అందమైనది?
ప్రతిధ్వనియా లేక అసలు ధ్వనియా?
సూర్యుడా లేక ప్రతిబింబాలు నిల్చిన సూర్యకిరణాలా?

జపనీయ కళలలో వాబి సాబి సూత్రములు

"అసంపూర్ణ జీవులమయిన మనకు సంపూర్ణమైన దానిపట్ల ఏహ్య
భావం. ఏదైనా మొదలు నుంచి చివర వరకు
పరిపూర్ణమైనదిగా వుంటే అనంతం సూచనకైనా వుండదు."

-యనగి సోయెత్సూ

స్వేచ్ఛా జీవనము నేను స్వేచ్ఛగా ప్రయాణం చేయడానికి తోడ్పడుతుంది. సాధ్యమైనప్పుడు గమ్యస్థానం నిర్ణయించుకోకుండా మన ద్వీపాలలోని తెలియని మూలాలకు పయనించడం నా కిష్టం.

కొంతకాలం క్రితం నేను డైజోజి జెన్ దేవళానికి ఒక ఆహ్వానాన్ని మన్నించాను. ప్రొద్దున్నే 4 గంటలకు రెండు గంటల పాటు ధ్యానం చేసే ఇరవై మంది భిక్షువులక్కడ నివసిస్తారు.

అరుణోదయానికి ఒక గంట ముందు గుడి దగ్గరగా వున్న ర్యోకన్[1] (సంప్రదాయ జపనీసు సత్రవు)లో నేను లేచాను. నీడనిచ్చే చెట్లను దాటుకుంటే, ఆ భవన సముదానికి ముఖ ద్వారంగా నిలచినటువంటి ఒక నల్లని ద్వారం దగ్గరకు చేరుకున్నాను. ఈ నల్లని మాన్[2] (ముఖద్వారం) గుడి కట్టే ముందుగా నిర్మించే ద్వారమని పురాణాలు చాటుతాయి.

1. సంప్రదాయ జపనీసు సత్రం
2. బుద్ధుని గుడి యొక్క ముఖ ద్వారం

ఆ 'మాన్' యొక్క చెక్క ఎంత నల్లగా వుందంటే, అది అడవినంతా మింగివేస్తున్న కాలబిలంలా (Black hole)లా వుంది. దానిపై భాగాన మొలచిన నాచు, చిన్నచిన్న మొలకలు, ఆకులు మొదలగువాటితో కూడిన ఆ 'మాన్' గడ్డి టోపి ధరించిందా అన్నట్లు వుంది.

గుమ్మం దాటిన తరువాత కొంచెం ముందుకు వెళ్లితే ఒక పెద్ద గంట, దానికి నిట్టనిలువుగా అది కొట్టడానికుపయోగించే దుంగ వున్నాయి. తుప్పు పట్టిన ఆ గంట మీద, దుంగ మీద చెక్కబడిన 'ధర్మ' చక్రాన్ని గమనించడానికి కొంత సేపు ఆగాను. 'ధర్మ'చక్రం మానవునిగా నా అశాశ్వతతత్వాన్ని గూర్చి ఆలోచించేలా చేస్తుంది.

నేను మరణించిన తరువాత కూడా ఈ గంట మరియు నల్లని ముఖద్వారం ఈ నిర్జన అరణ్యంతో మమేకమవుతూ అలాగే నిలచి వుంటాయి.

అక్కడ ఒకసారి డైజోజి భిక్షువులతో కలిసి ధ్యానంలో నిమగ్నమైనాను. అలవాటులేక అంతసేపు ధ్యానం చేయడం వల్ల రెండు గంటల తరువాత నా కాళ్లు, వీపు నొప్పి పుట్టాయి.

ధ్యానం ముగిసిన తరువాత, భిక్షువులలో ఒకరు గంట మోగించారు. అంతే, నాలోని ఆ ప్రతిధ్వనికి నా ఇంద్రియాలన్నీ విశ్వంలో ఏకమైనట్లు ఒక క్షణకాలం అనిపించింది. కాలగమనాన్ని ఒక్కసారి ఆ గంట ఆపేసినట్లు ఒక వింతైన ఖాళీ నిముషముల మధ్య ఏర్పడినట్లు తోచినది.

"ఆనందమంటే ఇదేనా"?, నేను అబ్బురపడ్డాను.

తరువాత వారు "షొజిన్ రయోరి"[3] తినుటకు, టీ త్రాగుటకు ఆహ్వానించారు.

---

3. ఒక ప్రత్యేకమైన శాకాహార బౌద్ధ వంటకం

ధర్మచక్రం

ధర్మం యొక్క మూలవస్తువుల సమత్వములోనే జ్ఞానోదయం సాధించ వచ్చు. చక్రం యొక్క ఎనిమిది శీర్షాలతో ప్రతీ ఒక్కటి ఉత్తమ ఎనిమిది రెట్ల మార్గం యొక్క భాగానికి ప్రతీకగా నిలుస్తుంది.

1. మరణం అంతిమం కాదు, జీవితంలోని మనక్రియలకు మన మరణం తరువాత పర్యవసానం వుంటుంది.
2. అశాశ్వతత్వం, అనివార్యమైన దు:ఖం గురించి ముఖ్యంగా ఆలోచించాలి
3. నీవు అబద్ధం ఆడకూడదు.
4. నీవు ఇతరులకు హాని తలపెట్టడం కాని చంపడం కానీ చేయకూడదు.
5. జీవించడానికి ఏది అవసరమో దానినే పొందివుండాలి, ఇతరములు కావు.
6. మనం ఇంద్రియజనితమైన కోర్కెలకు లొంగిపోకుండా, ఈర్ష్య అసూయలకు లొంగకుండా మనలోని చైతన్యాన్ని జాగృత పరచుకోవాలి.
7. ధ్యానాన్ని మనం ఉపయోగించుకోవాలి
8. చివరగా 'సమాధి' స్థితిని చేరుకుంటాము అంటే ఒక వ్యక్తి తన శరీరము, బుద్ధి విశ్వంతో ఏకమైనట్లు భావిస్తాడు.

శీర్షిక: వివిధ సంప్రదాయాలను, మతాలను కలిపే చిహ్నంగా 'ధర్మ'చక్రం నిలుస్తుంది. దాని బౌద్ధులు, హిందువులు, జైనులు పంచుకున్నారు.

రకూ ఆత్మ

కొన్ని రోజుల తరువాత "సన్‌రిడ్జ్ హట్టోరి" మ్యూజియమ్‌ని చూడడానికి సువా సరస్సు తీరంలో ఉన్న నగానోకి వెళ్లాను. దేశ సంపదగా పేర్కొనబడిన 'చవాన్'[4]ని వారు అక్కడ వుంచారు. అది 17వ శతాబ్ధపు మొదట్లో హొనామీ కొయెట్సు చేయబడిన "మౌంట్ ఫ్యూజి" అన్న పేరున్న 'రకూ' పాత్ర.

16వ శతాబ్ధంలో ఉద్భవించిన జపనీసు కుమ్మరితనపు మెళుకువను 'రకూ' అంటారు. దానికి బట్టీ ఉష్ణోగ్రత సుమారుగా తక్కువగా వుంటుంది.

హోనామీ కొయెట్సు యొక్క తెల్లని రకూ పాత్రని చారిత్రక కళాత్మక వస్తువుగా పరిగణిస్తారు. ఎందుకంటే అది వాబిసాబి యొక్క ముఖ్య సూత్రములను కలిగి వుంది. 4 అంగుళాల పొడవు గల ఈ చిన్న వస్తువును చూసి నా గుండె పొంగింది. ఎందుకంటే దాని యొక్క శక్తిని నా హృదయం చవి చూసింది గనుక.

హోనామీ కొయెట్సు యొక్క 'మౌంట్ ఫ్యూజీ'ని చూడగానే నా గుండె ఉప్పొంగి నా చూపు మందగించింది.

పింగాణీ 'రకూ' గిన్నె 'మౌంట్ ఫ్యూజీ' అనబడేది, హోనామీ కొయెట్సుచే సృజింపబడినది. జపనీసు ప్రభుత్వం చేత దేశ సంపదగా పేర్కొనబడినది.

---

4. తేనీరు పాత్ర

పరిపూర్ణంగా నునుపైన ఉపరితలం గల, అన్ని వైపుల సమంగా వుండే ఆకృతి గలిగి ఎక్కువ మొత్తంలో ఉత్పత్తి చేయగలిగిన ఆధునికతను వాబిసాబి నిరాకరిస్తుంది. 'రకూ' వస్తువులు ప్రత్యేకమైన - ఎవరూ కూడా హోనామీ కొమెట్సు యొక్క మౌంట్ ఫ్యూజీ దానిలాగా తయారుచేయలేరు. కనీసం అనుకరించలేరు.

కొండ యొక్క హెచ్చుతగ్గులు గలిగిన ఈ చిన్న పాత్ర నుంచి, మీరు నిజంగా నడువగలిగిన కొండ వైపు; అదే రోజు నేను కిరిగమైన్ ఎక్కాను, కిరిగమైన్ అనగా "పొగమంచు నడుమ" అని శాబ్దిక అర్థం. మ్యూజియమ్ ప్రక్కగానే దాని నడక త్రోవ మొదలౌతుంది. అది ఆహ్లాదకరమైన రోజు. ఆ శిఖరం మీద నుండి నేను జపనీసు ఆల్ఫ్సు కొండల వరుసని చూడగలిగాను. తరువాత ఒక బండ మీద కూర్చుని 'ఒనిగిరి' (అన్నపు ముద్ద) తిని, కొంచెం గ్రీన్‌టీ సేవించాను.

కిరిగమైన్ శిఖరం మీద కూర్చుని, ప్రకృతిలో మమేకమై నేను ఆనందంలో మునిగిపోయాను. దీనితో బాటు హోనామీ కొయెట్సు తెల్లని 'రకూ' యొక్క జ్ఞాపకాలు నాలో నిండిపోయాయి. నా మనస్సుకు ఆ పాత్ర, నగానో ప్రకృతి పరిసరాల నుంచి విడిపడి వుండలేదు, అదంతా ఒకే అనుభవం యొక్క భాగాలు మాత్రమే.

ప్రకృతి యొక్క మూలం, వాబిసాబి కళ, ఒకటే.

వాబి సాబి వాస్తు శిల్పి

రెండేళ్ల క్రితం నేను ఐరోపా ఖండానికి సుదీర్ఘ విహారానికి వెళ్లాను. తుది మెరుగులు సైతం నిశితంగా దిద్దుకున్న అక్కడ చారిత్రక కట్టడాల యొక్క ముఖభాగాలను మెచ్చుకుంటూ అలసిపోయేటంత వరకూ తిరిగాను.

అయితే, నిట్టనిలువు గీతలు అధికంగా కనిపించగా, వంపులు అవసర మైనచోట్ల మాత్రమే కనిపించాయి. ఐరోపా వాస్తు శిల్పి పరిపూర్ణత్వాన్ని ఆశిస్తాడు. దేవుళ్లకి మాత్రమే సాధ్యమేమో అన్నంత సహజమైన ఖాళీలను ఏర్పర్చుతాడు.

ఆధ్యాత్మికమైన ఉన్మత్తత ప్రదర్శించడానికి అన్నట్లు క్రైస్తవ ఆలయ నిర్మాణంలోనూ, ప్రార్థనాలయ నిర్మాణంలోనూ కొద్దిపాటి వాబిసాబిని గమనించాను. అయితే బార్సిలోనాకి వెళ్లిన తరువాత: ఆంటోని గాడీ, తూర్పుని పడమరని కలిపిన కళాకారున్ని నేను కలిసినట్టే!

దసగ్రడా ఫమిలియా, దకాసా మిలా మరియు ద పార్క్ గూయెల్ వంద శాతం వాబిసాబియే.

మొదటిది, తన ఊహాతీతమైన భూసంబంధమైన వంపులతోటి, భూగర్భాన్ని చీల్చుకొచ్చిన అగ్నిపర్వతంలాగానో, కొండలాగానో అనిస్తుంది. అది మానవులు కాక ప్రకృతియే సృజించిందా అన్నట్లు ఉంటుంది.

గాడీ ప్రకృతిని అధిగమించాలనుకోక, ప్రకృతి మూలాన్ని సంతరించుకున్న కళని సృజించాలనుకున్నాడు. అతను తన అహాన్ని ప్రదర్శించుతూ సృష్టిని అధిగమించేది కట్టాలనుకోలేదు.

ఈ కెటాలన్ వాస్తుశిల్పి కళతో పాటు., జపనీసు షిన్‌టోయిస్ట్ పవిత్ర స్థలాలు, బౌద్ధాలయాలు కృత్రిమమైన దానిని ఆపాదించక చుట్టూ వున్న ప్రకృతితో ఏకమైనట్లు వుంటాయి. ఈ పవిత్ర షిన్‌టోయిస్ట్ స్థలాలను నేను పార్క్ గూయల్‌తో పోలుస్తాను. ఎందుకంటే అక్కడ ప్రకృతి మానవ కల్పితమైనది ఒకదానిలో ఒకటి కలిసి ఒక్కటిగా అగుపిస్తాయి.

మనము మళ్లీ వాబిసాబి కళకు ఉదాహరణగా నిలచిన పాత్ర దగ్గరకు వెళ్లి, దాని లక్షణాలను చూద్ధాం.

యూకి టెకుసుచా సావయవ నిర్మాణం 有機ァクスチャ

రకూ విధానంలో చేసిన ఈ పాత్రలు వాటి సావయవ నిర్మాణం కలిగి వుంటాయి. మీరు గమనించిన తీరును బట్టి ఒక వస్తువు, దాని ప్రత్యక్ష ఆకారము నిరంతరము మారిపోతుంటుంది.

పూర్తిగా చదరపు ఉపరితలాలు, ఒకే రంగు గలిగి, 10 అంగుళాలు దూరాన్నుంచైనా, 10 అడుగుల అవతల నుంచైన చూడడానికి ఒకే విధంగా

కనిపిస్తాయి. కృత్రిమమైన ప్రపంచంలోనే పూర్తిగా చదరపు వస్తువులుంటాయి.

అవకతవకల సావయవ నిర్మాణంగల కళాత్మక వస్తువులు మాత్రమే వాబిసాబిగా పరిగణించబడతాయి. లోపాల కంటే మనిషి దృష్టిని ఆకర్షించేది లేదు. ఏకరూపత కన్నా నిరాసక్తమైనది లేదు.

కేవలం దృష్టి మాత్రమే కాదు మిగిలిన ఇంద్రియాలన్నీ కూడా మార్పుపట్ల సునిశితంగా వుంటాయి. ఒకే వాసనకు అలవాటుపడిన నాసిక దాని సునిశిత శక్తిని కోల్పోతుంది. ఒకే స్వరలు పదేపదే వినిస్తున్న రాగం మనకు విసుగు గొలిపేదిగా మారుతుంది. ఇక స్పర్శ విషయానికొస్తే మనని ఎప్పుడూ నిమరని వారు ముట్టుకుంటే, మనని ఏళ్ల తరబడి స్మశించేవారి స్పర్శకంటే భిన్నంగా వుంటుంది.

ఏదైతే మార్పు చెందుతుందో అది మన అనుభూతికి దగ్గరగా వస్తుంది. సావయవ నిర్మాణాలు నిరంతర మార్పుకి సహజ వ్యక్తీకరణాలు.

నిరాడంబరత : కాన్సో 簡素

వీలున్నంత తక్కువ వాటిని ఉపయోగించి అభిలాషనీయ ఫలితాలు పొందడాన్ని రసాత్మక, ఆధ్యాత్మిక సద్గుణం లక్ష్యంగా చేసుకుంటుంది. అనవసరమైన దానిని త్యజించి అవసరమైన దానికి ఖాళీ ఉంచుకుంటుంది.

అత్యవసరమైన దానికి దేనిని కలపకండి.

ఒక అందమైన శిల్పం రాతిపట్టు గూడులాగా తన చుట్టూ వుండే రాతిని త్యజించినట్లుగానే, అనవసరమైన దానిని త్యజించినప్పుడే మనం 'కాన్సో'ని సాధించగలము.

నిరాడంబరతయే అంతిమ అధునాతనత్వం- ఆస్కార్ వైల్డ్

"సాధారణ ఆనందాలే క్లిష్టత యొక్క చివరి ఆశ్రయం" అని అన్నాడు. ఖచ్చితంగా నిరాడంబరతకు అధునాతనత్వానికి స్పష్టమైన సంబంధం వుంది.

ఉదాహరణకి యుక్త వయసు కవులు సాధారణ ఆలోచనలు ప్రకటించడానికి పొడవైన పద్యాలు రాస్తారు. వారి అనుభవరాహిత్యంతోటి,

మరియు లోతులేకపోవడం వల్ల క్లిష్టతకు అనవసరంగా లొంగిపోయి తమ అభిరుచి లేమిని ప్రకటించుకుంటారు.

మరో ప్రక్క సిద్ధహస్తుడయిన కవి జీవితానికి అర్థం చెప్పడంలాంటి క్లిష్టమైన దానిని కూడా సాధారణ 'హైకూ' పంక్తులలో చెప్పగలడు.

అసమానత లోపాలు: ఫ్యూకిన్సే 不均整

ఫ్యూకిన్సే అంటే అసమానత, అవకతవకలు అన్న అర్థాన్ని సాధారణంగా స్ఫూర్తింపచేస్తుంది. వాబిసాబి యొక్క లక్షణాలు కలిగిన కళగా చెప్పదగినది 'ఎన్సో సర్కిల్'.

చేతివ్రాత నిపుణుల చేత సాధన చేయబడే ఈ వృత్తం ఎప్పుడూ సమానత కలిగి వుండదు. పైగా, కుంచె యొక్క స్వేచ్ఛాగమనంపైకి తెలియాలి. 'ఎన్సో' అసంపూర్ణతకు చిహ్నం గనుక వృత్తం పూర్తిగా మూయబడదు. ఇదే వాబిసాబి స్ఫూర్తి.

సహజంగా ప్రవహించే అసమానత సరిగ్గా నిర్వహించినప్పుడు అందంగా వుంటుంది. ఎందుకంటే ప్రశాంతతతోనే కళాకారుడు అస్తవ్యస్తతలో సమతౌల్యం కనిపెట్టగలడు. ఇదే ఫ్యూకిన్సే యొక్క మూలం.

సహజత్వం : షిజెన్ 自然

జపనీయుల దృష్టిలో కాలగమనపు ముద్రలని కలిగినదేదైనా అందమైనదే. సాధారణత్వం నుంచి ప్రత్యేకతమ వైపు దారితీసేవి ఈ మచ్చలు లేక గాయాలు. వ్యక్తి ముఖంపై ముడుతలు లేదా మచ్చల విషయంలోగానీ, పెనంపైన లేదా టీ పాత్రపైన పట్టిన తుప్పు విషయంలోగానీ జరిగేదిదే.

డాబు దర్పము లేక సహజత్వం కలిగినదేదైనా వాబిసాబియే.

ఒక వయో వృద్ధుని లేదా వృద్ధురాలి ముడుతలు, యుక్త వయస్సులోవారి చిరునవ్వు వాబిసాబి అందానికి శిఖరమని చెప్పవచ్చు.

పాశ్చాత్య కళ పరిపూర్ణత ఆశిస్తూ	వాబిసాబి కళ అసంపూర్ణత అంగీకరిస్తూ
సమానత	అసమానత
పరిపూర్ణత వెతుకుతూ	అవకతవకలు అంగీకారమే
గ్రీకుల–రోమనుల లక్షణాల పాళ్లను అనుసరిస్తూ	పాళ్లు అనేవి అనవసరం
నాజూకుదనం	కరుకుదనం
అవసరమైనదాని కంటే చూపరుల నాకర్షించే ప్రయత్నం ఉంటుంది	ఏది అవసరమో అదే వుంటుంది
కృత్రిమత్వం	సహజత్వం
అద్భుతమైనది, దర్శనీయమైనది	అంతరంగమైనది
బుద్ధకుశలత గలిగినది, వివేక విశిష్టమైనది.	సహజజ్ఞానము వల్ల తెలిసేది
వైభవోపేతమైన	నిరాడంబర శూన్యమైన
ఘనమైన	అణకువగల్గిన
నిశ్చలమైన, స్థిరమైన	క్రియాశీలమైన
పరిమితమైనదిగా వుంటుంది	అనంతమైనది మేల్కొలుపుతుంది
క్రమమైనది	యథేచ్ఛగా, క్రమరహితముగా వుంటుంది
ప్రకాశవంతమైనది మరియు సనాతనమైనది	వాడినది, తుప్పుబట్టినది

మీ మొదటి వాబిసాబి కళాత్మక వస్తువు

నా స్వదేశీయుడైన యనగి మునెయోషి యొక్క 'మిన్‌గై' తత్త్వశాస్త్రం ప్రకారం, కళాకారుడు కానటువంటి ఏ వ్యక్తి సృష్టించినదేదైనా అందం మరియు అనాకారితనం లాంటి లక్షణాలను అధిగమించి వుంటుంది.

'మిన్‌గై' తత్త్వశాస్త్రాననుసరించి మీరు వాబిసాబి వస్తువును తయారు చేయాలని నేను సవాలు చేస్తున్నాను.

యనగి మునెయోషి యొక్క నియమాలు:

- అది హస్తములతో చేసినదై వుండాలి
- అది ఖరీదు తక్కువగల వస్తువులతో చేసినదై వుండాలి
- అందరికీ ఉపయోగపడేదిగా వుండాలి
- ఆ వస్తువు తయారుకాబడిన ప్రదేశాన్ని అది సూచించాలి

యనగి స్ఫూర్తితో నేను చేసినదిదే:

1. ఒక సెకెండ్ హ్యాండ్ దుకాణంలో చెక్క బల్లను కొన్నాను
2. దానిని బాగుపరచేందుకు మెరుగులు దిద్దాను కాని దాని లోపాలు తొలగించేందుకు కాదు. పైగా చెక్కయొక్క నిర్మాణం తెలిసేటట్లుగాను, దాని లోపాలు స్పష్టంగా తెలిసేట్లుగాను చేశాను. ఈ రకంగా చెక్క యొక్క కనుపు కనపడేటట్లు చేయగలిగాను.
3. నా తాతామీ గదిలో ఈ చెక్కబల్లను పెట్టి, దానిపై ఒక్క పూలకుండీ పెట్టి, దానిలో కొండమీద నుంచి నేను ఏరుకువచ్చిన పూలను అమర్చాను.

కాబట్టి నా చిన్న 'మిన్‌గై' వస్తువు వాబిసాబి లక్షణాలను అనుసరించింది: నిరాడంబరత (కాన్సో), సహజత్వం (షిజెన్), అసమానత (ఫ్యూకిన్సే) మరియు సావయవ నిర్మాణం (యూకిటెకుసుచా).

ఆలోచింపదగిన జ్ఞానపు ముత్యం

'రోజి' ననుసరించి నేను టీహౌజ్‌కి నడుస్తుంటాను.
ఎక్కడయితే ఆ వేడుక వేచివుంటుందో ఆ గుమ్మం
దగ్గరకు వెళ్లే సరికి దారి ఇరుకుగా మారుతుంది.
నేను ముందుకు వెళ్లిన కొద్దీ,
నాలోపల ఏదో మార్పులు చోటు చేసుకుంటాయి.
నేను ఈ లోకంలో వుంటాను కాని అదే సమయంలో
నేను ఒక ప్రదేశానికి ప్రయాణిస్తున్నట్లు భావన.
దూర ప్రదేశమేకాని మనస్సుకు చాలా దగ్గరగా వుంటుంది.
నేను చేరుకన్న తరువాత, నా జోళ్లను తొలగించిన తరువాత
నేను 'రోజి' ననుసరించి నడుస్తున్నప్పటి వ్యక్తిలా వుండను.

రోజి: సంప్రదాయ జపనీసు టీ హౌస్‌కి దారితీసే రాళ్ల అంచులు కలిగిన ఇరుకుదారి.

విచారంలోని అందం

“నీ అంతరాత్మని నా అరచేతిలో పెట్టు,
నేను రత్నపు నగలాగా చూచుకునేందుకు”
నేను మాటల్లో చిత్రీకరిస్తాను..”

-యసునారీ కవబాట

ఎక్కడయితే అందం, అస్థిరమైన జీవితపు తీరు కలిసిపోతాయో, అక్కడున్న విచారకరమైన భావనలో వాబిసాబి వుంది. ఆకురాలిన చెట్ల కొమ్మలను చూస్తున్నప్పుడు, శిశిరపు చిత్రాన్ని చూస్తున్నప్పుడు మనకు అలా అనిపించుతుంది. మన అంతరాత్మను ముంచెత్తె అనుభవం కలిగినప్పుడు, సాధ్యంకాదని తెలిసీ దాన్ని పట్టుకుని వుండాలని ఆశించినప్పుడు అది అనుభవంలోకి వస్తుంది.

ఒకసారి కాకపోతే మరొకసారి అందరికి ఇది జరిగేదే. దక్షిణ థాయ్‌లాండ్‌లో వున్న కోహ్‌టావో ద్వీపంలో నేను ప్రయాణించిన విధానం నేను గుర్తు చేసుకుంటాను. సముద్ర తీరంలోవున్న బంగ్లాలో వారంపాటు విశ్రాంతి తీసుకున్న తరువాత థాయ్‌లాండ్‌కు ప్రయాణించడానికి సాయంకాలపు పడవని తీసుకుని తరువాత బ్యాంకాక్ చేరుకుని అక్కడి నుంచి తిరుగు ప్రయాణం సాగించాలి.

నేను పడవపై భాగాన నుంచున్నాను. రేవుకు చేరుకునే ముందర మేము చేపలపడవలున్న ద్రోవ వెంట వెళ్లాము. ఆ సంప్రదాయ పడవలు వాటికున్న దీపాల అస్తమాన వేళ నన్ను బంధించేసాయి. ఆ పడవల మీద కొన్ని కుటుంబాలు రాత్రి భోజనం చేస్తున్నాయి. కొందరు యువకులు సరుకుల బస్తాలు లేదా క్రొత్తగా బాగుచేసిన వలలు మోస్తున్నారు. పిల్లలు నీటిపై కాళ్లాడిస్తూ కూర్చుని వున్నారు.

స్వచ్ఛంద శోభతో నిండిన చిత్రం వంటి ఆ సన్నివేశం ఎదుర్కొన్న నేను విపరీతమైన ఆనందంతోనూ, ఒకింత విచారంతోనూ నిండిపోయాను.

నా అంతరంతరాలలో నాకు తెలుసు ఆ ప్రదేశానికి నేను మళ్లీ తిరిగిరానని, కనీసం పేరైనా గుర్తుపెట్టుకోలేనని, అంటే ఆ అనుభవాన్ని పొందుతున్న లోపుననే దాన్ని కోల్పోతున్నానన్న మాట. అదే నా విచారానికి కారణం.

ఇదే వాబిసాబి భావనకు చిహ్నంగా నిలుస్తుంది.

వెనుదిరుగుతున్న సముద్రపు పునః ప్రవాహపు ఛాయ

కామొ నోఖోమె, ఒక జపనీసు కవి మరియు సన్యాసి, ఈయన 1216లో మరణించాడు. ఆ కాలంలోనే ఆయన ఈ క్రింది విధంగా అర్ధం చెప్పాడు:

వాబి అంటే ఒక శిశిరపు మధ్యాహ్న వేళ అన్ని శబ్ధాలు నిశ్శబ్ధమైనప్పుడు విచారపు రంగు పులుముకున్న ఆకాశం ఇచ్చే భావన. ఆ క్షణాల్లో మెదడు విశదపరచలేని కొన్ని కారణాల వల్ల కంట నీరు ధారాపాతంలాగా వచ్చేస్తుంది.

బహుశ జీవితం యొక్క అశాశ్వతత్వాన్ని మస్కిష్కం విశదపరచ లేదనుకుంటాను ఇప్పుడు నేను విశదపరచినటువంటి దృశ్యంలాగానే. అందులో మనం అనిశ్చలత కూడా దాగి వుంది. మనం సాగే ప్రయాణంలోని పక్షులమని తెలుసుకోవడమే మనకు అందం పట్ల, జీవితం పట్ల విచార భావన కలుగజేస్తుంది.

ఇటువంటి క్షణాల్లో, మనకు భావనలోనో, అనుభవంలోనో వచ్చే ఆనందం ముందునో, వెనకాలో మన నుంచి లాక్కోబడుతుందని, ఒక ఋణంలా అనిపిస్తుందని మనం భావిస్తాము. అది ఎప్పటికీ పూర్తిగా మన సొంతం కాదు. అందువల్లనే దాని విలువ పెరుగుతుంది.

ఈ విషయంలో ఒక 'వాబి' సహ ప్రయాణికుని సంగతేమిటి?

'సాబి' అనే మాట సనాతన జపనీసు కవిత్వాన్ని వర్ణించడానికి అంటే మూడు కుంచె కదలికలలో శిశిరపు ఆకుల నడుమ ఆహారాన్ని వెదుకుతున్న పిచ్చుకని బంధించే హైకుని వర్ణించడానికి ఉపయోగించేవారు.

ఇంకా వెనుకకు సుమారు ఎనిమిదవ శతాబ్ధపు కాలానికి వెళితే, ఒక బౌద్ధ భిక్షువు మాన్సే వాబిసాబి స్ఫూర్తి కలిగిన కవిత్వాన్ని రచించేవాడు.

అతని రచనలలోని లభ్యమైన కొన్ని శకలాలు:

"దేనితో ఈ విశ్వాన్ని నేను పోల్చాలి?
ప్రాత:కాలంలో వెనుదిరుగుతున్న పడవ, నీటిపై విడచిన
తెల్లటి చారనా?"

విచారం వల్ల ఉపయోగమేమి?

నిత్యం ఆనందంగా వుండాలనే తాపత్రయంతో, విచారాన్ని మందులతో కట్టడి చేసే సమాజంలో, వాబిసాబి మన చుట్టూ వున్న వాస్తవికతను గూర్చి విస్తారమైన దృక్పథాన్ని ఇస్తుంది. ఈ వాస్తవం పూర్తిగా ఆనందంగాగానీ విచారకరంగానీ వుండదు. రెండు భావనలు ముప్పిరిగొన్నట్లు కలసి వుంటాయి. మనం ఇప్పుడే చూసినట్లుగా.. అక్కడే అందం కూడా వుంటుంది.

ఎందుకంటే ప్రతీనష్టం సహజసిద్ధమైన ఒక లాభంతో కూడి వుంటుంది: కోల్పోయిన దానికి ఇంకాస్త ఎక్కువ విలువనిస్తుంటే. ఎవరైనా కష్టతరమైన రోగాన్ని జయిస్తే, వారి శక్తిని కోల్పోయి వుండవచ్చు, కానీ జీవితంపట్ల వారికున్న అవగాహన పెరుగుతుంది. ముఖ్యంగా వారు మృత్యుముఖంలో

వున్నప్పుడు వారికి ప్రతీక్షణం యొక్క విలువ తెలుస్తుంది. అందుకే వారు ప్రతీ క్షణాన్ని ఆనందించడానికి పాటుడతారు.

ఏదైనా అంత్యక్రియలకు వెళ్లి వచ్చిన తరువాత మనకు ఇదే జరుగుతుంది. జీవితం యొక్క నశ్వరగుణాన్ని గ్రహించిన తరువాత, మనం ఉత్తమంగా జీవించాలని నిర్ణయించుకుంటాము. ఎందుచేతనంటే మనం లోకం విడిచి వెళ్ళేటప్పటికీ ఆనందం ఖాతాలో బకాయి పడకూడదని.

ఇదే విచారం యొక్క అనేక ఉపయోగాల్లో ఒకటి. మనం వస్తువుల యొక్క అశాశ్వతత్వం తెలుసుకున్న తరువాత వాటికి అత్యంత ప్రాముఖ్యతనిస్తాము. అదే సమయంలో వాస్తవికతపట్ల విస్తారమైన దృష్టి కూడా ఏర్పడుతుంది. ఇదే కళ విషయంలో కూడా జరుగుతుంది.

నిగూఢమైన విచారంగలిగిన ఒక సంగీతం, ఒక ఉత్సాహపరిచే సైనిక నడకకు వాయించే గీతం కన్నా లోతైనది. అదే విధంగా ఒకరి పట్ల ఒకరికి అవ్యాజ్యమైన అనురాగం కలిగిన జంట గురించి ఒక నవల రాయడం లేదా ఒక సంపూర్ణమైన ఆనందం కలిగిన కుటుంబం గురించి రాయడం కష్టమే.

నిజానికి 'పర్‌స్పెక్టివ్స్ ఆన్ సైకలాజికల్ సైన్స్' పత్రికలో ముద్రితమైన ఒక పరిశీలనలో తేలినదేమిటంటే మీదుమిక్కిలి సంతృప్తితో నిండినవారిలో ఆత్మ విమర్శలోపించి అభివృద్ధి చెందాలనే కోరిక కూడా నశించి, విజయం వైపు వారి అవకాశాలని తగ్గిస్తున్నాయని.

ఈ పరిశీలనకు చేసిన ఒక పర్యవేక్షణలో ఎవరైతే తమ ఆనందపు స్థాయిని 8/10గా గణించేరో వారు, 9/10గా గణించిన వారికంటేనూ (బాగా సంతోషంగలవారు), 10/10గా గణించినవారి కంటేనూ (మీదు మిక్కిలి సంతోషంగలవారు), ఎక్కువ విజయులుగా నిలిచినట్లు అంచనా.

చివరి అంశం ఏమిటంటే శృతిమించిన సంతృప్తి మన వాస్తవిక దృష్టికి మబ్బుపట్టినట్లు చేసి, మన సొంత సహాయపు పరికరాలను వాడక

తుప్పుపట్టేట్లుగా మార్చేస్తుంది. ఇప్పటికే అంతా అత్యద్భుతంగా వుంటే, అభివృద్ధి కొరకు ఇంకా ఏమీ ప్రయత్నించనక్కరలేదు.

ఫ్రెంచ్ నవలా రచయిత గుస్తావ్ ఫ్లబే (Flaubert) కొంచెం ముందుకు వెళ్లి ఇలా అన్నాడు "ఎల్లప్పుడూ ఆనందంగా వుండడానికి ఆ వ్యక్తి పూర్తిగా పిచ్చివాడై వుండాలి".

రెచ్చగొట్టే విధంగా ఈ వాక్యం వున్నా, ఒక సంపూర్ణమానవ స్ఫూర్తి-క్లిష్టమైనది-ఖచ్చితంగా ఆనందాన్ని, విచారాన్ని రెంటిని కౌగిలించుకోవాలి.

జీవితం విలువ తెలుసుకోవడానికి, మన దృక్పథం లోతైనదిగా జ్ఞానవంతమైనదిగా మార్చుకోవడం కొరకు ఉపదేశించడమే కాక వాబిసాబి విచారానికి మన వ్యక్తిగత జీవితాలకు సంబంధించి ఇతర ప్రయోజనాలు కూడా ఉన్నాయి.

- అది ఆత్మజ్ఞానానికి ఒక మార్గం ఎందుకంటే విచారం ఒక అద్దంలాగా మనలోని అగాధాలు సాధారణంగా మనకందుబాటులో లేనివి పరిశీలించుకోవడానికి ఉపయోగపడుతుంది. వాబిసాబి యొక్క విచారకరమైన ఆలోచనలు విశ్వాన్ని విశదంగా అర్థం చేసుకునేందుకు మాత్రమే కాక, మన అంతరాత్మను పరిశీలించుకునేందుకు - క్షుణ్ణంగా ఆలోచించుకునేందుకు ఉపయోగపడుతుంది.
- అది ఇతరుల పట్ల మన సహానుభూతిని పెంచుతుంది. పరిగెడుతున్న, మార్పులు చెందుతున్న జీవితం, ఆనందం, బాధ, వీటి గూర్చి తెలుసుకున్న తరువాత ఇతరులను అర్థం చేసుకొనుటకు, బాధలో వున్నవారికి సహాయం చేయుటకు అవకాశం ఉంటుంది. అదే విధంగా వేడుకోలు క్షణాలను పంచుకొనుటకు జ్ఞానంతో వ్యవరించుటకు కూడా ఉపయోగపడుతుంది.

- అది మనలను మరింత కళాత్మకంగా చేస్తుంది. వాబిసాబి ముఖత: మనం వాస్తవికత లోతుల్లోకి వెళ్లడం మనకి క్రొత్త ఆలోచనలు తెస్తుంది. మన సృజనాత్మకత పరిధిని విస్తారపరుస్తుంది, అందాన్ని సృజించాలనే మన కోర్కెను బలపరుస్తుంది. మన జీవితాన్ని ఒక కళాత్మక వస్తువుగా మార్చుకునేటంత ఆశయం గలిగిన అధునాతనత్వం మనలో కలుగజేస్తుంది ఎందుకంటే జీవితమెంత అశాశ్వతమైనదో మనం తెలుసుకుంటాం గనుక.

పాశ్చాత్య దేశాలలో వాబి సాబి

వాబిసాబి తత్తశాస్త్రం జీవితం, అందం గురించి జపనీయుల అవగాహనను క్లుప్తంగా చెప్పుతుంది. కాని మనం దీనికి సారూప్య అవగాహన కొంతమంది పాశ్చాత్య కవులలో చూడవచ్చు. 1960లలో మరణించిన ఒక ఐరీష్ కవి, ఒక జర్మను కవి, ఇద్దరిని నేను వివరిస్తాను.

మొదటి వాడు, ప్యాట్రిక్ కవనా అతని దేశస్తులలో విశిష్టమైన కవిగా పేరొందినాడు. అతని ప్రఖ్యాత రచనలలో ఒకటకైన 'ఏప్రిల్‌లో తడిసిన సాయంత్రం' (వెట్ ఈవ్‌నింగ్ ఇన్ ఏప్రిల్) వాబిసాబి యొక్క అశాశ్వతతత్త్వ లక్షణాన్ని గుర్తు చేస్తుంది. ఎప్పుడైతే విశ్వం యొక్క విచారకరమైన అందం ఒక కలలా మన నుంచి మనలను వేర్పరచి మోసుకెళ్లిపోతుందో అప్పుడు అది వాబిసాబి లక్షణాన్ని గుర్తు చేస్తుంది.

'తడసిన చెట్లలో పక్షులు పాడుతున్నాయి.
ఇక నుండి వంద సంవత్సరాలుగా నేను వింటున్నాను.
నా మరణానంతరం వేరొకరు వింటున్నారు.
కానీ నేను గర్విస్తున్నాను. అతని కొరకు
నేను విచారాన్ని నమోదు నమోదు చేసినందుకు...'

కొంచెం తక్కువ నిగూఢమైన మరియు వాబిసాబి కవితగా చెప్పదగినది హెర్మన్ హెస్ తను మరణించే ముందు రచించాడు. ఈ జర్మన్ నోబెల్ బహుమతి గ్రహీత ఎప్పుడూ ప్రాక్దిశ దేశాలంటే సమ్మోహితుడై, జపనీసు రస్మాతకతను గూర్చి, జెన్ గూర్చి, సనాతన నకవుల రచనలను గూర్చి ఎక్కువ శాతం తెలుసుకున్నాడు.

"విరిగిన కొమ్మ యొక్క విరిగే ధ్వని" లో హెస్ జీవితం యొక్క పెళుసుదనం, క్షణభంగురత్వమును గూర్చి ఒక స్పష్టమైన చిత్తరువును మేల్కొలుపుతాడు. అదే సమయంలో నాశనానికి ఎదుర్కొనే దాని వీరోచిత ప్రతిఘటనని కూడా చిత్రీకరిస్తాడు.

పేడులు వూడిన విరిగిన కొమ్మ
(వేలాడుతూ వత్సరం తరువాత మరో వత్సరం,
గాలికి దాని విరుగుడు ఎండుకొమ్మ పాడుతుంది
ఆకుల్లేక, మొదలు నుండి వేర్పడి,
అరిగిపోయి, పసుపుపూత పులుముకొని, ధీర్ఘాయువు కొరకు,
ఒక ధీర్ఘమైన అలసిన మృత్యువుకొరకు.
దాని మొండి గీతం కరుకుగా ధ్వనించవచ్చు,
పెడసరంగా ధ్వనించవచ్చు, రహస్యంగా భయపెట్టేదిగా ధ్వనించవచ్చు
ఇంకా ఒక వేసవిలో
ఇంకా మరొక్క శీతాకాలంలో...

ఆలోచింపదగిన జ్ఞానపు ముత్యం

పరిపూర్ణత్వమే నీ లక్ష్యంగా చేసుకున్నట్లయితే,
అది నీ జీవితపు అన్ని అంశాలకు రంగు పులుముతుంది.
నీవు గ్రుడ్డివాడవైపోతావు, దారి తప్పినప్పుడు
చీకటి వెదురుల అడవిలో.
అసంపూర్ణత్వాన్ని నీవు ఆశించాలి
అడవిని దాని శోభతో చూసేటందుకు

నిష్కర్ష నుంచి యాదృచ్ఛికత వైపు

"విరమించండి, అందంగా వుండండి
మీరు దేనిని నిరూపించనక్కరలేదు"
-జాక్ కెరోక్

వాబిసాబి చెప్పే ముఖ్యమైన పాఠం ఏమిటంటే వస్తువులు ఎలా వుండాలో అలాగే వుంటాయి. మనకి నచ్చినట్లుగా వుండవు. నిజానికి అవి పరిపూర్ణంగా కూడా వుండవు. ఎప్పుడూ మారుతూ వుంటాయి.

మనం చూసినట్లుగానే, బుద్ధుడు మానవ దు:ఖానికి ఖచ్చితమైన మూలం ఏమిటంటే అశాశ్వతమైన దానిని శాశ్వతంగా వుండాలని కోరుకోవడమేనని హెచ్చరిస్తాడు. కొన్ని ఉదాహరణలు:

- ఆ సరికొత్త కారుకి దాని మొట్టమొదటి గీత పడుతుంది, కొలది సమయంలోనే సొట్టలు పడతాయి అది పాడవడం మొదలవుతుంది. దానిని క్రొత్తదానిలా పెట్టుకోవడం అనేది మీకు అర్ధరహితమైన అగ్నిపరీక్ష.
- జీవితపు వివిధ దశలలో మారుతున్న ఓ స్నేహం. బాగా సాన్నిహిత్యంగల క్షణాలు, మధ్యమంగా వున్నవి. తక్కువ సాన్నిహిత్యంగల క్షణాలు వుంటాయి. ధీర్ఘకాల నిశ్శబ్ధాల వల్ల దూరం ఏర్పడుతుంది, అవగాహన రాహిత్యం ఏర్పడుతుంది. ఈ ప్రయాణంలో వశ్యత అవసరం.

- మన శరీరం పెరిగి, మార్పు చెందుతుంది. మిలామిలా మెరిసే ఇనుము రంగు మార్చి తుప్పుపట్టినట్లుగానే, అలా జరగడం దానికి మరొక అందంలాగా పరిణమిస్తుంది.

అశాశ్వతత్వం నిండిన విశ్వంలో ఖచ్చితమైన ఆలోచన గురించో, పరిపూర్ణత్వం గురించో వెదకడంలో అర్థం ఏముంది?

మనం రెండున్నరవేల ఏళ్లక్రితం నాటి ఎఫేసిస్ నగరానికి ప్రయాణించి, అక్కడ ఉన్న ఒక సనాతన గ్రీకు తత్త్వవేత్త ఎవరైతే ప్రతీ వస్తువు యొక్క మారే గుణాన్ని ఆనాడే ప్రస్తావించాడో, ఎవరిగురించైతే మనం జెన్‌కు వెచ్చించిన అధ్యాయంలో ప్రస్తావించకున్నామో, వారి గురించి తెలుసుకుందాం.

ఆ అశాశ్వతమైన నీటిలోనికి మనం లోతుగా త్రవ్వుదాం.

మార్పుకి సంబంధించిన ద్విచక్రం

సోక్రటీస్ పూర్వపు తత్త్వశాస్త్రం లాగానే, హెరాక్లిటస్ యోచనలు శకలాలుగా మాత్రమే ఉన్నాయి. చాలావరకు ఆయన మరణించిన తరువాత ఆయనని విన్నవారు దృష్టాంతముగా చెప్పినట్లున్నవి.

థియోఫ్రస్టస్ అనే 36 ఏళ్ల సంచార మతాన్ని నడిపిన వ్యక్తి, ఆయనని గురించి ఏమన్నాడంటే ఆయన తనలో వున్న నిరంతర చింతన వల్ల ఆయన తన రచనలను పూర్తి చేయలేకపోయాడని.

మన దాక వచ్చిన వాటిలో సాధారణంగా మనం తప్పుగా ఉదహరించేది: "ఒకే నదిలోకి రెండుసార్లు ప్రవేశించలేరు". వాస్తవానికి, దాచివుంచిన శకలాలు అనేదేమిటంటే:" ఒకే నదిలోకి మనం ప్రవేశిస్తాము, ప్రవేశించము, ఎందుకంటే మనం ఒకే విధంగా వుంటాము, వుండము కూడా".

దాని అర్థానికి సంబంధించినంత వరకు రెండవది మొదటి అనువాదం కన్నా కొంచెం ముందుకు వెళ్ళుతుంది. ఎందుకంటే దానికి రెండు అర్థాలు వున్నాయి గనుక:

- ఆ నది - జీవితం - ఎప్పుడూ మారుతూ వుంటుంది.
- అదే విధంగా స్నానం చేయువారు - మానవులందరూ - నిరంతరం మారుతుంటారు.

ప్రతీది నిరంతరం మారుతున్నప్పుడు, మనుష్యులు కూడా మారుతున్నప్పుడు, శాశ్వతత్వం ఒక సాధ్యం కాని కల. మళ్లీ మనం 'పంటారే' "ప్రతీది ప్రవాహమే", మనతో సహా అన్నదానికి చేరుకుంటాము.

ఈ పుస్తకం మొదట్లోనే వివరించినట్లుగానే జీవితానికి ముఖ్యమైన మూడిట్లో ఒకటైన 'మార్పు' ఖచ్చితమని మనం ఆమోదిస్తే, ఈ రెండు నిరంతరం కదలాడే చక్రాలు బలముగా ఢీకొట్టుకోకుండా మనం ఎలా జీవించగలం?

నీటిలా వుండండి

కొంతమంది జీవితం ఒక శాస్త్రీయ సంగీతపు బాణీలాగా, ఒక రకమైన వివరణ ఆశిస్తూ, ఒక నిర్ణీతమైన తాళంతో, ఖచ్చితమైన స్వరాలతో వుంటుంది. ఇతరులది లొల్లాయి పాటలాగా వారి చైతన్యం ఎటువైపు తీసుకెడితే అటు అభివృద్ధి చెందుతూ, చెవులకింపుగా చుట్టూ వున్నదానిపై ఆధారపడుతూ వారి అంతరంగంపై ఆధారపడుతూ సాగుతుంటుంది.

రెండవ రకం వారు హెరక్లిటస్ వర్ణించిన నదిని ఆనందిస్తారు, ఎందుకంటే వారికి వారే ఒక నదిలా వుండి ప్రతీక్షణం ఆ నదిలో ఏకమౌతూ వుంటారు.

1971లో ఒక వేదాంతపూరితమైన ఆఖరి సమాగమంలో బ్రూస్‌లీ, రణవిద్యల నిపుణుడు, పూర్తి వశ్యత గురించి ఇలా అన్నాడు.

"ఒక ఆకృతిలోకి ఒదగకండి, రూపాంతరీకరించి మీ సొంతంగా నిర్మించుకోండి, దానిని అభివృద్ధి కానీయండి, నీటిలా వుండండి, మీ

మస్తిష్కాన్ని ఖాళీగా వుంచండి. ఆకృతి రూపం లేకుండా వుండండి-నీటి లాగానే. ఇప్పుడు మీరు నీటిని కప్పులో పోస్తే, కప్పులా వుంటుంది. సీసాలో పోస్తే, సీసాలా వుంటుంది, టీ పాత్రలో పోస్తే టీ పాత్రలా వుంటుంది. ఇప్పుడు నీరు ప్రవహించనూగలదు, గభాలున పడిపోగలదు. నీటిలావుండు నా స్నేహితుడా".

వాబిసాబి జీవితానికి అనుసంధిస్తే "నీటిలా వుండడం" ఇలా సూచిస్తుంది.

- దురభిమానాలను వదిలివేయాలి మరియు ముందుగానే తోచిన ఆలోచనలు ఊహలని వదిలివేయాలి.
- పారదర్శకంగా వుంటూ మనకు లేనివి వున్నట్టుగా నటించకుండా వుండడం.
- మన అంతర్బుద్ధిని అనుసరిస్తూ, నదీ ప్రవాహాన్ని అనుసరిస్తూ తేలుతూ పోయే ఆకులాగా వుండడం.
- మన సామర్థ్యంపై నమ్మకం వుంచి, ప్రతీక్షణం యొక్క అందాన్ని విశ్వసిస్తూ, జీవితంలోని జ్ఞానంపై విశ్వాసం వుంచడం.
- అప్పుడప్పుడు బాగా విసిగిస్తున్నా, జీవితపు దుర్ఘటనలకు బెదరక, లక్ష్యాల కంటే నడిచే ప్రక్రియను నమ్ముతూ వుండడం.
- మీరు సాధారణంగా చేయని పనులను చేయడం అనే సవాల్‌ను తీసుకోవడం.
- అహాన్ని త్యజించి చేసే పనిలో నిమగ్నమవడం.

వ్రాత నిపుణులు యాదృచ్ఛితకకు నిదర్శంగా నిలిచే 'ఎన్సో సర్కిల్' గీసేటప్పుడు, వారి శరీరం అనుసరించినట్లు గీతని చిత్రీకరిస్తారు. ఇదే జీవితపు ప్రవాహాన్ని వివరించడానికి ఉత్తమ ఉదాహరణ.

జ్ఞానానికి నిజమైన మార్గం

ఒక యాత్రికుడు అలసిపోకుండా 88 షికోకు గుళ్లను దర్శించి సత్యాన్వేషణ చేసాడని ఒక సంప్రదాయ కథ వివరిస్తుంది. ప్రతీ బౌద్ధాలయం దగ్గర ధ్యానం చేస్తూ, నైవేద్యం సమర్పిస్తూ, చెప్పులరిగేలా తిరిగాడు. అయితే సగం ప్రయాణం అయ్యే వరకు అతనికి సమాధానం దొరకలేదు.

అయితే ఒక రోజు, సాయం సంధ్యాకాంతిలో, చెట్లలోంచి పడుతున్న సూర్యరశ్మిని చిత్రీకరిస్తున్న ఒక వృద్ధ భిక్షువుని చూశాడు.

అతడు ఆ చిత్రకారుడైన భిక్షువుని షికోకు ద్వీపంలో అమిత జ్ఞానవంతుడని అంటారని విన్నాడు. అందుచేత తను వెతుకుతున్న ప్రశ్నలకు సమాధానాలు అతని దగ్గర దొరుకుతాయని ఊహించుకున్నాడు.

ఏ మాత్రం ఆలస్యం చేయకుండా అతని ప్రక్కన కూర్చుని అడిగాడు:

"స్వామీ, ప్రయాణం ప్రారంభం నుంచి వేధిస్తున్న ప్రశ్నకు సమాధానం మీ నుంచి తెలుసుకుందామనుకుంటున్నా: నేను ఎలా సత్యాన్ని చేరుకోగలను?"

తన చిత్రానికి నల్లరంగు పులుముతూనే భిక్షువు అతనితో అన్నాడు:

"నీవు నిజంగా సత్యాన్వేషణ చేస్తున్నట్లయితే, అన్నిటి కన్నా ముందు నీవు చేయాల్సింది వుంది"..

ఇది ఆ యాత్రికుని స్ఫూర్తిని పెంచి, పెరిగిన ఆశతో అతను మొదలు పెట్టాడు.

"నాకు తెలుసు! నేను ఇంకా సాధన చేయాలి, అంతేనా? ధ్యానానికి ఇంకా గంటలు పెంచాలి, నా తీర్థయాత్రలో ఇంకా దూరం పెంచాలి."

ఆ భిక్షువు నెమ్మదిగా తలవూపి, చిరునవ్వు నవ్వాడు. ఆత్రుతపడుతున్న యాత్రికుడు నెమ్మదించే వరకు ఆగి ఇలా అన్నాడు.

"నీవు అన్నిటికంటే ముఖ్యంగా చేయవలసినది, నీవు తప్పుగావచ్చు అని గ్రహించడం".

ఆలోచింపదగిన జ్ఞానపు ముత్యం

నాకు తెలుసు పుట్టినప్పటి నుంచి నేను అదే మనిషినని
అదే శరీరంతో, అదే మెదడుతో..
నా ఆలోచనలు కూడా నాతోనే ఉన్నాయి,
కానీ నేను ఆలోచించేది, అనుభూతి చెందేది
నా జీవితంలో ప్రతీక్షణం ప్రవహిస్తుంటుంది
నేను ఇంకా అదే నేనా?
కానట్లయితే, నేను ఎవరిని?

వాబి సాబి - సృజనాత్మకత

"నమ్రత అనే గుణాన్ని అభివృద్ధి చేయడం నేర్చుకోండి.
మనమెవరూ పరిపూర్ణులము కాము.
మనం తప్పులను చేస్తాము
మన నిజజీవితాల్లోనూ,
మన కళాత్మక సృజనలోనూ".

- కట్సుషికా హోకుసాయి

సృజనాత్మకతకు, అసంపూర్ణతకు నడుమ దగ్గర సంబంధం వుంది, ఇదే వాబిసాబి తత్త్వశాస్త్రపు లక్షణం.

కళాకారుడు తన నిజజీవితంలోని లోపాలకు కళ ద్వారా పరిహారం పొందుతాడని ప్రతీతి. అంటే ఒక రకంగా చావుకి, నాశనానికి కళాత్మక క్రియ సవాలులా నిలబడుతుంది. ఒక రకమైన పునరుత్థానం.

20వ శతాబ్ధపు పాశ్చాత్య రచయిత అయినటువంటి ఫ్రాన్జ్ కాఫ్కాది తృప్తికరమైన జీవితం కాదు. తండ్రితో బాధాకరమైన సంబంధం, ఒక భీమా కంపెనీలో వకీలు ఉద్యోగం. తన ఉద్యోగాన్ని అసహ్యించుకుంటూనే కోర్టు గదులలోని పరిస్థితులను The Trail (విచారణ) The Castle, The metamorphosis వంటి రచనలలో ఉపయోగించుకున్నాడు.

ఆ రెండవ దానిలో, యువకులలో విఖ్యాతుడైనటువంటి ఓ చిల్లర వ్యాపారి ఒక పెద్ద బొద్దింకగా రూపొంది మేల్కొంటాడు. అయితే తన క్రొత్త పరిస్థితిలో ఇమడక, అతడు తనకి జీతం ఇచ్చి కుటుంబ భారాన్ని మోసేలా చేసే ఆఫీసు మీద తన శక్తినంతా కేంద్రీకరిస్తాడు.

ఈ జర్మన్ మాట్లాడే ప్రాగ్ దేశస్థుడైన రచయిత తన ఉద్యోగం గురించి ఏమి భావించేవాడో ఇది ఒక క్రూర దృష్టాంతం. అయితే తన అర్థరహితమైన జీవితంలోని ఖాళీని పూరించుకునేందుకు కాఫ్కా ఒక నేర్పరితనంతో కూడిన మార్గాన్ని ఎంచుకున్నాడు. ప్రతిరోజు ఉద్యోగం నుంచి ఇంటికి వచ్చిన తరువాత మూడు లేక నాలుగు గంటల పాటు కునుకు తీసేవాడు. తరువాత మరుసటి రోజు ప్రాత:కాలం వరకు రాత్రంతా రచన చేసేవాడు.

ఇలా చేయడం వల్ల, అతని జీవితం ఎప్పటికీ మూసుకొనబడని 'ఎన్సో సర్కిల్' అయినా ఏదో పూర్తయినట్లు భావించేవాడు. అతను మృత్యుముఖంలోకి అడుగిడినప్పుడు తన స్నేహితుడైన మాక్స్‌బ్రాడ్‌కు తన రాతప్రతులన్ని నాశనం చేయమని ఇచ్చాడు. భగవదనుగ్రహం వల్ల అతడు అసంతృప్త వాస్తవికతను పూర్తి చేయాలనే కోర్కెకు నమ్మకద్రోహంలా చేసి రాతప్రతులను కోట్ల మంది పాఠకులను చైతన్యపరచేందుకు వెలువరించాడు.

అయితే 1910 నుంచి 1923 కాఫ్కా డైరీలననుసరించి అతడు తన వ్యక్తిగత జీవితంలో ఏకాంతాన్ని ఎలా అనుభవించేడో తెలుసుకోవడం ఆసక్తిదాయకం:-

ఒంటరిగా వుండడం వల్ల అజేయమైన శక్తి నన్నావరించింది. నా అంతరాత్మ కరిగిపోయి (పైపైన మాత్రమే) నా అంతరాలలో ఉన్నదానికి వెలిపుచ్చడానికి సిద్ధంగా వుంది. నేను ఇచ్ఛాపూర్వకంగా ఒంటరిగా వున్నప్పుడు, నా అంతరాత్మ శాసించడం ప్రారంభిస్తుంది. ఇంకా నాకు కావల్సినదేమీ లేదు".

అహం మటుమాయమైయ్యే ఈ అనుభవాన్ని లోతైన ధ్యానంతో పోల్చవచ్చు. ఆ మాటకొస్తే వ్యక్తి విశ్వంతో ఐక్యమై, కనుమరుగైపోయిన ట్లనిపించే హిందూ అద్వైతమని కూడా అనిపించవచ్చు.

"అన్నింటిని మర్చిపోండి, కిటికీలను తెరవడం. గదిని ఖాళీ చేయండి. గాలి దానిలో వీచుతుంది. దాని శూన్యతని మాత్రమే మీరు చూడగలరు. ప్రతీ మూలలోనూ వెతకండి, మీకు మీరు కనిపించరు".

జతకలిసే అనుభవం

సెన్సేహెచ్. ఈ. డేవి, జపాన్‌కి వెలుపల నివసించే షోడో (జపనీసు పెయింట్ దస్తూరీ) కళాకారుడు, జపనీసు కళల మీద అనేక వ్యాసాలు, పుస్తకాలు రచించినాడు. తన 'ద జపనీస్ వే ఆఫ్ ద ఆర్టిస్ట్' (జపనీసు మార్గంలోని కళాకారుడు)లో వాబిసాచి జపనీసు కళని ఎలా నిర్వచిస్తుందో బాగా వివరించాడు.

"అందం అంటే అనాకారితనానికి వ్యతిరేకం కాదు. అందం అంతకన్నా మించినది. అన్ని వ్యతిరేకతలను తనలో కలుపుకునేది: ఆ విధంగా అందం కనబడేది సహజత్వంలో"

ప్రకృతి నుంచి స్ఫూర్తి పొందిన అసంపూర్ణమైన, క్షణభంగురమైన సహజత్వం వాబిసాబి లక్షణాలలో ఒకటి.

అయితే, మనం ముందు చూసినట్లుగానే, సృజనశీలి కళా సాధన చేస్తున్నప్పుడు పూర్తయినట్లుగానూ, సంతృప్తికరంగానూ భావిస్తాడు. అందుకనే బహుశ హెచ్. ఈ. డేవి ఇలా అంటాడు "వర్తమానం కాలానికి అతీతమైనది".

సృజనాత్మక కళకు ఇది ఒక వరం లాంటిది. ఒక కుంచె కాన్వాసుని తాకినప్పుడు, మన వేళ్లు కీబోర్డు అక్షరాల మీద పెట్టినప్పుడు, భూతకాలమొక కలలోని మిగులభాగంలాగా, భవిష్యత్తు ఒక లేనటువంటి ఎండమావిలాగా కనిపిస్తుంది.

సృజన ఎప్పుడూ వర్తమానమే, ఎందుకంటే అది ప్రవాహంలా వుండి, దేన్నయితే సృజిస్తాడో దానిలో సృజనకర్త ఐక్యమై, ఒక అపురూపమైన జతకలిసే అనుభవాన్ని ప్రకటిస్తుంది. వ్యక్తి, సృజన యొక్క ఐక్యతని జపనీసు కళలు అందమైన దస్తూరీ, వాటర్ కలర్ పెయింటింగ్ లేదా కవిత్వంలో మాత్రమే కాక అన్నిటిలోనూ కోరుతాము.

హెచ్.ఈ.డేవి "ద జపనీస్ వే ఆఫ్ ద ఆర్టిస్ట్" (జపనీసు మార్గంలో కళాకారుడు)లో చెప్పినట్లుగానే జపనీసు కత్తిసాములో "మస్తిష్కం, శరీరం, కత్తి యొక్క ఐక్యత" గురించి చెప్పడం అసామాన్యమేమి కాదు.

మిషిమా యొక్క ప్రయాణం

1968లో కొద్దిగా తేడాతో కవబాట, జర్మనీయుడైన యుకియో మిషిమాను ఓడించి నోబుల్ ప్రైజ్ సాహిత్యానికి గెలుచుకున్నాడు. ఆ యుకియో మిషిమా యొక్క రచనలు, కళ, జీవితానుభవాల నైపుణ్యం వల్ల మన నుంచి, మన గతాన్నించి మనం విడిపడగలమన్న విషయాన్ని విశదపరిచాయి.

ఈ ప్రవాహములో మనము కాలానికి అతీతమైన, మనలని దాటి మనలను తీసుకువెడుతున్న ప్రయాణంలా వుంటుందని "ఫర్‌బిడన్ కలర్స్" (వదిలి వేయబడిన రంగులు) అన్న చిన్న వ్యాసం యొక్క రచయిత చెప్పాడు. ఈయన తన 45వ ఏటా 1970లో 'సెప్పుకు' ఆచారాన్ని అనుసరించి ప్రాణత్యాగం చేశాడు:

"ఒక ప్రయాణం చేయడం వల్ల ఒక వేదాంతపరమైన భావనని ఉద్భవింపజేస్తుంది. వ్యక్తి తను దాటిపోయిన స్థలాలనుంచే కాక గతకాలం నుంచి స్వేచ్ఛని పొందినట్లు నమ్ముతాడు."

ఖచ్చితంగా, సృజన ఇటువంటి ప్రయాణాన్ని మనకు ఇస్తుంది. ఎలా అయితే ఉద్వేగభరితుడైన అన్వేషకుడు తను బయలుదేరిన స్థలాన్ని మరిచిపోతాడో, అతని శరీరం, మెదడు చేసే సాహసయాత్రలో

నిమగ్నమైపోతుందో, అలాగే నిజమైన కళాకారుడు పరివర్తన యొక్క పరికరం వంటి వాడు.

అందమైన, విచారకరమైన వస్తువుల చూపరులుగా మనం కూడా, కవబాట చెప్పినట్లు ఏదో కోల్పోయిన భావాన్ని అనుభవిస్తాము, ఎందుకంటే మెరిసేదేదైనా నాశనానికి దగ్గరవుతున్నట్లు గనుక.

మిషిమా తన స్వీయజీవిత అనుభవాల మీద ఆధారపడ్డ నవల "కన్ఫెషన్స్ ఆఫ్ ఎ మాస్క్" (ముసుగు యొక్క ఒప్పుకోలు వచనాలు)లో ఇలా అన్నాడు.

సొనొకో యొక్క పెదవులు ఇంకా కళ్లు మెరిసాయి. ఆమె అందం నన్ను కృంగదీసి దుర్బలునిగా భావించేలా చేసింది. ఆ భావనే నాకు సొనొకో మరింత నశ్వరంగా అనిపించేలా చేసింది".

అద్భుతమైన గుమ్మం దాటుట

జోసఫ్ కాంప్‌బెల్ యొక్క ముఖ్యమైన రచన "ద హీరో విత్ ఎ థౌజండ్ ఫేసెస్" (వేయి ముఖముల నాయకుడు)లో ముఖ్యంగా కళ, ఒక ప్రయాణం-బాహ్యమైన లేదా అంతర్లీనమైన-అహాన్ని అణచుకునే మార్గంగా చెప్పబడింది.

1949లో ఈ అమెరికన్ పౌరాణికుడు తన క్రొత్త ఆలోచనని ముద్రించాడు. అదేమిటంటే ఒకటితో ఒకటి ఎన్నడూ ఎదరువని విభిన్న సంస్కృతులలో కూడా గొప్ప నాయకుల సాహసగాథలన్నీ ఒకే మూసలోపోసినట్లు వున్నాయి. 'ఒడిస్సీ' (సాహసయాత్ర) లాంటి కల్పిత కథల నుంచి 'స్టార్‌వార్స్' (నక్షత్ర యుద్ధాలు) వరకు ఇది జరిగింది. ఇంక కొంతమంది రచయితలు ఇంకొంచెం ముందుకి వెళ్లి మోసెస్, బుద్ధుడు లేదా క్రీస్తులాంటి వారి జీవిత కథలలో కూడా కథాంశం ఒకటే అని అన్నారు. కాంప్ బెల్ మాటలలో..

"ఒక నాయకుడు సాధారణ ప్రపంచం నుంచి సాహసించి మానవాతీత అద్భుత ప్రాంతంలోకి అడుగిడుతాడు : అద్భుతమైన శక్తులు అక్కడ వుంటాయి ఎదుర్కొనడానికి, ఇంకాపైగా నిశ్చయమైన విజయాన్ని పొందుతాడు. ఆ నాయకుడు నిగూఢమైన సాహసం నుంచి తిరిగి వస్తాడు తన తోటివారికి వరాలను ప్రసాదించడానికి."

ఈ ప్రయాణంలోని 17 సాధారణ దశలలో, ఆసక్తికరమైన విషయం ఏమిటంటే మొదటి దశ నాయకున్ని ఎలా ప్రభావితం చేస్తుందో అలాగే మొదటి దశలోవున్న కళాకారున్ని ప్రభావితం చేస్తుంది:

1. *సాహసం యొక్క పిలుపు:* ఒక క్రొత్త సమాచారాన్ని విని, నాయకుడు తనకు తెలిసిన ప్రపంచాన్ని వదిలి, తనను పిలుస్తున్న సాహసం వైపు వెడతాడు/కళాకారుడు తనలో ఏదో క్రొత్తది ఉప్పొంగుతున్నట్లు భావిస్తాడు. ఒక సృజనాత్మక శక్తి తనని కళలోకి ప్రోత్సహిస్తున్నట్లు భావిస్తాడు.
2. *ఆ పిలుపుకి నిరాకరణ:* నాయకుడు తనకున్న సుఖాన్ని వదులుకోకుండా ఆగుతాడు, బహుశ తనను ప్రేమించేవారి పట్ల తనకున్న బాధ్యతలవల్ల కావచ్చు. లేదా ఈ క్రొత్త సాహసం భయపెట్టినందు వల్ల కావచ్చు / ఆరంభపు దశలలో కళాకారుడు వారిపని ప్రారంభించడానికి సందేహిస్తారు. వారి భయాలను, నమ్మకాలను ఎదుర్కొని అప్పుడు బంతిని దొర్లించాలి.
3. *గురువు లేదా మానవవాతీత శక్తి సహాయం:* వారికి తెలిసినవారిలో వారికన్నా ఎక్కువ జ్ఞానం కలిగినవారు కానీ, లేదా ఒక అద్భుతమైన సహాయకుడుగానీ సాహసానికి మొదటి సూచననిస్తూ నాయకుడు ప్రారంభించేలా చేస్తారు. / కళాకారునికి బోధకుని సహాయంగానీ లేదా ఒక దివ్యమైన చైతన్యంగానీ క లుగుతుంది. వారికి వారి సృజనాత్మక సాహసం ప్రారంభించడం తప్పితే వేరే ఎంపిక వుండదు.

నాయకుని యాత్రలో నాలుగవ దశలో, గుమ్మం దాటడం అంటే నాయకుడు లేదా కళాకారుడు తనకు తెలిసిన ప్రపంచాన్ని వదిలి, క్రొత్త ప్రపంచంలోకి ఏ నియమాలు, పర్యవసానము తెలియకుండనే దూకడం. ఇక అప్పుడు కిరీటం ధరించే క్షణం వస్తుంది. అదే అయిదవ దశ, 'తిమింగళం యొక్క ఉదరం' అంటే కరిగిపోవడం, పునర్జన్మ ఎత్తడం జరుగుతుంది.

"అద్భుతమైన గుమ్మం దాటి పునర్జన్మ మండలంలోనికి యాత్రని ప్రపంచ వ్యాప్తంగా తిమింగళం యొక్క ఉదరం చిహ్నంగా చెప్పుతారు. తెలియని దానిచే నాయకుడు మింగి వేయబడి మరణించినట్లు కనిపిస్తాడు. (...) బాహ్యంగా వెలుపలికి వచ్చే బదులుగా, బాహ్య ప్రపంచపు పరిధులు దాటి నాయకుడు అంతర్ముఖంగా తిరిగి జన్మించడానికి వీలుగా బయలుదేరుతాడు. (...) లోపలి ఆలయం, తిమింగళపు ఉదరం, పైనున్న స్వర్గం, రెండూ బాహ్య ప్రపంచపు పరిధుల అవతలగా వుండి ఒక్కటిగానే వుంటాయి. అందుకనే ఆలయపు ముఖద్వారపు ప్రక్కవాటుగా రక్షణకై వికృతాకారపు మనుష్యులుకాని, జంతువులు కానీ, నిప్పులు చిమ్ముతూ, పొడవైన తోక గలిగిన డ్రాగనులుగానీ, సింహాలుగానీ, కత్తులు దూస్తూ దెయ్యాలను సంహరించేవారు కానీ, రెక్కలు గల ఆంబోతులుగానీ వుంటాయి. భక్తుడు ఆలయంలోకి ప్రవేశించేటప్పుడు రూపాంతరీకరణ చెందుతాడు. ఒకసారి గర్భాలయంలోకి ప్రవేశించాడంటే అతను ఆ క్షణంలో భౌతికంగా మరణించి విశ్వగర్భానికి, భూతల స్వర్గానికి చేరుకుంటాడని అర్థం"

వాబిసాబి దినచర్య పుస్తకం

మీలోని సృజనాత్మకతను బయటపెట్టడానికి, ఆ అద్భుతమైన గుమ్మం దాటానికి "ద హీరో విత్ ఏ థౌజండ్ ఫేసెస్" (వేయి ముఖముల నాయకుడు) వంటి గొప్ప నవలని వ్రాయనక్కరలేదు. మీలోని సృజనాత్మకత

శక్తిని విశ్వసనీయంగా బయటపెడుతూ మీరు కూడా తిమింగళపు ఉదరంలోకి ప్రవేశించవచ్చు.

ప్రతి రోజు మీకు ఎదురైన వాబిసాబి అనుభవాలను వరుసగా వ్రాయండి. మీరు ఇప్పటికే దినచర్య పుస్తకం కలిగి వున్నట్లుయితే ప్రతి రోజూ మీ దినచర్యని వాబిసాబి త్రిదిశీయ పరిధులలో వివరించుకోండి.

– *తత్త్వశాస్త్ర దిశ*

- ఏది మీ రోజులో పూర్తిగా వాబిసాబి అని చెప్పదగినది?
- ఏది తక్కువ వాబిసాబిగా పరిగణించదగినది?

– *కళ దృక్పథం*

- ఏ వాబిసాబి వస్తువులు, భవంతులు, సంగీతం లేదా ఇతర వివరాలని మీరు రోజు మొత్తంలో ఎదుర్కొన్నారు?
- వాటిని చూసి మీరు ఎలా అనుభవం చెందారు?

– *సాధన దిశ*

- మీరు వాబిసాబి నియమాలను అనుసరించి జీవిస్తున్నారా?
- మీరు ఏమీ చేయకుండా కొంతకాలాన్ని గడుపుతున్నారా లేదా తొందరలోనే గడిపివేస్తున్నారా?
- మీరు ఏ సంఘటనకైన ఉద్రేకపూరితమైన ప్రతిస్పందన చూపించారా? చివరగా, మీ దినచర్య పుస్తకాన్ని మూసివేయబోయే ముందు ఒక 'హైకు'ని వ్రాయండి.

అభ్యాసం: హైకూని ఎలా వ్రాయాలి

1. అది సరళంగా మూడు కుంచెలు ఝుళిపించినట్లు ఉన్న పంక్తులలో వుండాలి.
2. తక్కువ క్రియలు (ఒక్కోసారి అసలు లేకుండానే) ఉపయోగించాలి.
3. హైకు ఒక క్షణాన్ని ఛాయాచిత్రం (ఫొటో) బంధించినట్లు బంధించాలి.
4. ప్రకృతిగానీ లేదా నాగరిక పరిసరాలుగానీ వుండాలి.
5. సంవత్సరంలోని ఒక కాలాన్ని సూచించాలి.
6. కళాకారుని భావనలు ఆ వ్రాతలో ఇమిడి ఉండాలి.

ఒక క్షణం కళ్లు మూసుకోండి. ఏదైనా అందమైనది మీకు జరిగినట్లు గానీ, లేదా మీరు చూసినదానిని కానీ వూహించుకోండి. కళ్లు తెరిచి మీరు ఊహించుకొన్న దానిని మీ మస్తిష్కంలో విశ్లేషించుకోకుండా కేవలం వ్రాయండి అంతే.

నా దినచర్య పుస్తకంలో హైకూ ఉదాహరణలు

వసంతకాలపు ఆకాశం
నేను యోయోగికి వెళ్లాను
రామెన్ యొక్క వాసన.

★

వ్యాపారస్తులు,
తొందరగా నడుస్తున్నారు,
ఒక భిక్షువు మూలలో

★

ఒక పిల్లి ప్రదర్శనశాలను సందర్శించింది,
తిరిగి చేరుకుంది మృగ నివాసానికి,
పర్, పర్

★

మంచుతెరలు వరండాలో నిర్మితమైనాయి
బాష్ యొక్క సంగీతం సాగుతూ వుంది.
ఎవరో గంట మ్రోగించారు.

★

మరో ప్రపంచపు కన్నులు
ఒక్కటే సకూరా రెక్క,
గాలి దానిని అంద విహీనంగా చేసింది

★

నిశ్శబ్ధం.
గాలి పియానో స్వరాలతో నింపింది
నిశ్శబ్ధం.

★

కాఫీ వాసన,
నవల చదువుతున్నాను,
కథ ముగింపు.

★

సూర్యుడు పైకప్పుని వేడెక్కించాడు,
టామా ఒక కునుకు తీసింది,
హఠాత్తుగా ఓ మబ్బు సూర్యున్ని దాచేసింది.

III

వాబి సాబి - ఒక జీవన విధానం

ఆలోచింప దగిన ఒక జ్ఞానపు ముత్యం

మేపుల్ వృక్షం ఆకురాలు కాలానికి కషాయాన్ని పులిమింది
లేడి పైకి చూస్తుంది
దాని పరితాపానికి ఆకాశంలో నమూనా గీస్తూ
సంధ్య వెలుగు మబ్బులు మమ్మల్ని గమనిస్తుంటాయి
పచ్చికపై నీడలు కమ్మేస్తూ
గాలికి అల్లల్లాడుతూ
నేను వ్రాస్తుండగా

శ్రేష్ఠతకి మార్గం అసంపూర్ణత

"ప్రతీదానిలో పగులు ఉంటుంది,
దాని ద్వారా వెలుగురేఖ ప్రవేశిస్తుంది"

- లియోనార్డ్ కొహెన్

నేను పోయినసారి ప్రయాణంలో భారతదేశానికి వెళ్లిన సందర్భములో సంగీత అనే ఆవిడని కలిశాను. ఆవిడ ఉత్తర కోల్‌కత్తాలోని అనేక పాఠశాలలకు నిర్వాహకురాలు. ఈ క్రింది కథ ప్రతి సంవత్సరం మొదట్లో క్రొత్తగా చేరిన విద్యార్థులకు చెప్పబడుతుందని వివరించింది.

జైపూర్‌కి ఉత్తరంగా నివసిస్తున్న ఒక రైతు తన పొలానికి దగ్గరగా వున్న చలమ దగ్గరకి నీటి కోసం రోజూ వెడుతుండేవాడు. నీరు మోయడానికి కావడి మెడకి వేసుకునేవాడు. కావడి కర్ర చెరో వైపున బొక్కెన వ్రేలాడగట్టి చలమ దగ్గర నీరు నింపేవాడు.

నీరు తీసుకుని ఇంటికి వెళ్లేటప్పుడు కొంతసేపు అయ్యాక, రెండు బొక్కెనలలో ఒక్కటి సగం ఖాళీగా వుందని గ్రహించేడు. ఆ బొక్కెనకు చిన్న పగులు వుందని తేటతెల్లమైంది. ఆ బొక్కెనని ఏళ్ళ తరబడి ఉపయోగించాలని నిర్ణయించుకున్నాడు.

నిండుగా నీరు మోసుకెళ్తున్న బొక్కెన తన సాధించిన కార్యం చూసి గర్వించింది. ఆ రెండో బొక్కెన లోపాలను ఎత్తిజూపుతూ రోజూ సాధించుతూ ఉండేది.

"నీవు రోజూ నీళ్లు దారిలో ఒంపేస్తూ వుంటావు", అంది పరిపూర్ణమైన బొక్కెన.

"నేను చేసే పనిలో సగమే చేస్తావు నువ్వు-నువ్వు ఉపయోగం లేని దానవు"!

"నన్ను క్షమించు.. నేను సిగ్గుపడుతున్నాను, నాకున్న పగులు నుండి నీరు ఒలికిపోతున్నందుకు", అసంపూర్ణ బొక్కెన క్షమాపణ కోరింది.

తనకున్న లోపానికి సిగ్గుపడి, ఆ బొక్కెన నీరు ఒలికినందుకు కృంగిపోయి రోజురోజుకి మాటలు తగ్గించేసింది.

ఒక రోజు రైతు ఈ రెండిటి మధ్య సంభాషణని విన్నాడు. అతడు అసంపూర్ణ బొక్కెన వైపు తిరిగి ఇలా అన్నాడు.

"నీవు వుండే ప్రక్కన బాట ప్రక్కన విరిసిన పూవులను గమనించావా. కానీ అటూ ప్రక్కన కేవలం మట్లి రాళ్లు మాత్రమే ఉన్నాయి."

నిండు బొక్కెన మాటలు కోల్పోయింది, ఆ అసంపూర్ణ బొక్కెనని అసూయగా చూసింది.

"నేను నువ్వు వుండే ప్రక్కన బాట మీద విత్తనాలు చల్లేను, నీవు వచ్చేటప్పుడు రోజూ నీరు ఒలికించేదానవు", రైతు చెప్పుతున్నాడు "కొన్ని సంవత్సరాలుగా నేను ఇంటిని అలంకరించడానికి ఆ పూలలో కొన్ని కోసుకుంటున్నాను కూడా. నీవు లేకపోయినట్లయితే ఇంత అందంగా నా పరిసరం వుండేది కాదు."

మంచికి శత్రువు

విరిగిన బొక్కెనతో మనని అందరం పోల్చుకోగలం. సాధారణంగా మనం లోపాల మీద, మనం అనుకున్న రీతిలో వస్తువులుండకపోతే దాని మీద, దృష్టిని కేంద్రీకరిస్తాము.

అయితే వోల్టేర్ చెప్పినట్లుగా, "పరిపూర్ణమైనది మంచికి శత్రువు". మనం మన లోపాలను మాత్రమే చూసినట్లయితే, మన మీద మనకు నమ్మకం కోల్పోయి ఆ విరిగిన బొక్కెన లాగే విచారకరమైన జీవితాన్ని గుడుపుతాం.

ఆధునిక జీవనం పరిపూర్ణ బొక్కెన లాగానే వుండాలని మనలని ముందుకి తోస్తుంది. మనం విజయం సాధిస్తూ, డబ్బు సంపాదిస్తూ, సామాజిక మాధ్యమాల్లో ప్రఖ్యాతమౌతూ, ఇంటర్నెట్ (అంతర్జాల) పుస్తకాలు, గురువులు చెప్పింది విని, మనలను మనం అభివృద్ధిని సాధిస్తూ వుండాలని ఆశిస్తాము.

ఇక అక్కడే ప్రమాదం పొంచి వుంది. మనలని మనం పరిపూర్ణులనుగా మార్చుకోవడానికి నిరంతరం అదే ధ్యాసలో వుంటే, నిండు బొక్కెనలా వుంటాం. పొగరుగా హృదయం లేకుండా, జీవితానికి ముఖ్యమైనవాటిని నేర్చుకునే అవకాశం లేకుండా వుంటాము.

జీవితాన్ని ఆ రైతులాగా చూడడంలోనే జ్ఞానం యిమిడి వుంది. బొక్కెనలోని పగులులాగా, ప్రతీ లోపం అదే సమయంలో మంచి లక్షణంలా మారుతుంది, మనం ఏదో కోల్పోయినప్పుడు మరొకటి పొందినట్లుగానే.

నేను యిప్పుడు మీరు కళ్లు మూసుకుని మిమ్మల్ని మీరు అంతర్లీనంగా అన్వేషించుకొమ్మని ప్రతిపాదిస్తూ వున్నాను. మీ జీవిత దశలలో ఎప్పుడైనా అనుకున్నది అనుకున్నట్లుగా కాక, అనుకోనిది జరిగి, క్రొత్త అవకాశాలు తలెత్తినా లేదా మీరు ఇతరత్రా నేర్చుకోలేని అపురూపమైన దానిని నేర్చుకున్నారేమో మీ జ్ఞాపకాలలో తరచి చూసుకోండి.

మిమ్మల్ని విజయాలవైపు మళ్లించిన మార్గం గురించి ఆలోచించండి. అది బల్లపరుపుగా సాఫీగా, పరిపూర్ణంగా వుందా లేక ఆదారి పూర్తిగా గోతులతోనూ, డొంకదారులతోనూ, కొండలతోనూ నిండి వుందా?

జీవితంలో అత్యుత్తమమైనవి ఏవి పరిపూర్ణతకి దగ్గరగా వుండవు.

పరిపూర్ణతను దృష్టిలో వుంచుకునే జీవితం	వాబిసాబికి అనుగుణమైన జీవితం
మీరు ఏ పనిని పూర్తి చేయలేరు, ఎందుకుంటే ఏదో చిన్న అభివృద్ధి చేయాలని ఎప్పుడూ మీరు అనుకుంటారు కాబట్టి.	ఏ పనినైనా ఎప్పుడు ముగించాలో మీకు తెలుసు. 80% లేదా 90% మీరు చేశారని అనిపించినప్పుడు కావచ్చు. మన పనులలోని అసంపూర్ణత్వం మరియు జీవితంలోని అసంపూర్ణత్వం వాటికి మెరుగులుదిద్దుతుంది.
మిమ్మల్ని మీరు ఇతరులతో పోల్చుకోవటంలో నిమగ్నమైపోతారు. మిమ్మల్ని మీరు ఒక వేదనాస్థితిలో పడవేసుకుంటారు. ఎందుకంటే మీరు అభివృద్ధి చెందినా అంతకన్నా ఉత్తమమైన వారిని ఇంకొకరిని చూస్తారు గనుక.	మీ కన్నా విజయవంతమైన వారు, అందమైన వారు లేదా అదృష్టవంతులు ఉంటారని మీరు అంగీకరిస్తారు. మిమ్మల్ని వేదనాపూరిత స్థితిలోనో, విలువలేని స్థితిలోనే పడవేసే బదులు అది మీకు ప్రోత్సాహజనకంగా వుంటుంది.
ప్రపంచానికి లేదా కొంతమంది జనులకు మీరు సంతృప్తి నివ్వలేరని మీరు భావిస్తారు.	ప్రపంచంకాని లేదా ఇతరులుకాని మీ నుంచి ఏదో ఆశిస్తున్నారని మీరు అనుకోరు.

పరిపూర్ణత్వం కోసం ప్రాకులాడి, మీ దృష్టిని మీరు మీరు ఇతరుల ప్రతిభ మీద కేంద్రీకరిస్తారు.	మిమ్మల్ని మీరు ప్రేమించడం నేర్చుకుంటారు. మిమ్మల్ని అందంగాను, అద్భుతంగానూ భావిస్తారు.
మీ శరీరం మరియు మెదడు నిరంతరం ఒత్తిడికి గురౌతుంటాయి. ఎందుకంటే మీకు ఎప్పుడూ ఇంకా చేయాల్సింది, అభివృద్ధి చేయాల్సింది కనిపిస్తుంది.	నెలకొన్న పరిస్థితులలో మీరు చేయగలిగినంత చేశారు. ఇది మీ శరీరానికి, మెదడుకి విరామము ఇచ్చి ఉత్సవం చేసుకోవాల్సిన సమయం.
మిమ్మల్ని మీరు శిక్షించుకుంటూ వుంటారు "నేను ఇది చేసివున్నట్లయితే, అలా చేసివున్నట్లయితే, అంతా బాగా జరిగి వుండేది," "నేను ఖచ్చితంగా వున్నట్లయితే ఈ చిక్కుల్లో పడివుండేవాడిని కాదు "నేను ఇంకా బాగా సంప్రదించినట్లయితే "నేను ఈ నిర్ణయం తీసుకోకపోయినట్లయితే.." లాంటి ఆలోచనలతో సతమవతౌ తుంటారు.	అనివార్యంగా అన్నీ సక్రమంగా వుండవని తెలుసుకుంటారు. జీవితంలోనూ, విజ్ఞాన శాస్త్రంలోనూ యత్నం, దోషం రెండిటి వల్లనే అభివృద్ధి సాధ్యమౌతుంది.

ఒక పొడవైన బాట

రెండు వేల ఏళ్ల క్రితమే మార్కస్ ఆరిలియస్ "విశ్వం యొక్క మార్పు: మన ఆలోచనలు ఏర్పరచేదే మన జీవితం" అని గుర్తు చేశాడు. అందుకని ఏ మార్పుని పొందడానికి కంగారేమీ లేదు.

జీవితం, దాని పరిణామాల పట్ల, వాబిసాబి వైఖరిని చెప్పడానికి కత్సుషికా హోకుసాయ్ ఒక చెప్పుకోదగిన ఉదాహరణ.

ఇతడు 'ఇడో' కాలానికి (Edo period) చెందిన పెయింటర్, మూస చిత్రకారుడు. 'పిక్చర్ ఆఫ్ ద ఫ్లోటింగ్ వరల్డ్' (తేలే ప్రపంచపు చిత్రాలు) కోవకు చెందిన వాడు. ఇక ఇతని జీవితం ఒక విలక్షణత నుంచి మరొక దానికి దారి తీస్తూ అనంతమైన ప్రయాణం.

నిజానికి కళాకారునిగా అతని జీవితంలో సోరి, కాకో, మంజి, టయోటో, ఇంకా చాలా కల్పితనామాలని ఉపయోగించేవాడు.

"థర్టీ సిక్స్ వ్యూస్ ఆఫ్ మౌంట్ ఫ్యూజీ" వరుసలోని మొదటిదైన "ద గ్రేట్ వేవ్ ఆఫ్ కనగవా" ద్వారా ప్రసిద్ధి పొందిన ఇతడు, వాబిసాబి కనుగుణంగా తన కళ, జీవితం వున్నట్లు భావించాడు.

"ఆరేళ్ల వయసు నుంచి పెయింటింగ్ అంటే ఇష్టపడ్డాను. నాకు ఏభై ఏళ్ల వయస్సున్నప్పుడు బాగానే చిత్రాలు వేశాను, కాని నాకు డెబ్బయ్యేళ్ల వయసొచ్చే వరకు విలువైనదేది గీయలేదు. నాకు డెబ్బై మూడేళ్ల వయసులో ప్రకృతిలోని ప్రతీ అంశం-పక్షులు, చేప, మృగజాతి, క్రిములు, చెట్లు, గడ్డి మొదలైనవన్నీ పట్టుకోగలిగాను. ఏనభై ఏళ్లు వచ్చేటప్పటికి ఇంకా అభివృద్ధి చెందుతాను, ఇక తొంభై ఏళ్లు వచ్చేటప్పటికి కళలోని రహస్యాలనన్నిటిని ఛేదిస్తాను. వంద ఏళ్లు చేరుకునే సరికి నా కళ ఉదాత్తమై, నూట పది ఏళ్లకి నా చివరి లక్ష్యాన్ని చేరుకోగలిగి, నేను గీసిన ప్రతి గీత, ప్రతి చుక్క జీవంతో తొణికిసలాడుతోంది".

అతని ప్రారంభదశలోని ఆలోచనా వైఖరి అతనితో అంత్యదశ వరకూ కొనసాగింది. హోకుసాయ్ ఎక్కడికో చేరుకున్నట్టు ఎప్పుడూ లేదు, పైగా అతడు కళాకారునిగానూ, వ్యక్తిగానూ నిరంతరం అభివృద్ధి చెందుతున్నవానిగా, అతను చెప్పిన గొప్పకెరటంలా తుది మొదలు లేకుండా సాగాడు.

ఆలోచింపదగిన ఒక జ్ఞానపు ముత్యము

"ఒక అడుగు తర్వాత అంతా చీకటి"
అంటుంది ఒక జపనీసు సామెత,
దీనిలో యిమిడియున్న గొప్ప సత్యం మన మానవులనందరిని
కలుపుతుంది.
మనం భవిష్యత్తు కన్నా వర్తమానాన్ని ఎన్నుకుంటాం ఎందుకంటే
మనం ఒక తప్పుడు అభిప్రాయం కలిగి వుంటాము,
ఇప్పుడు, ఇక్కడ వున్నదంతా మన ఆధీనంలో వున్నదని.
భవిష్యత్తు మనలో భయాన్ని, సంశయాన్ని కలుగచేస్తుంది,
ఎందుకంటే అది ఎలా వుంటుందో మనకు తెలియదు కనుక;
అది మన అధీనత దాటి వుంటుంది.
అయితే భవిష్యత్తు, ఎప్పుడో అప్పుడు
వర్తమానం క్రింద మారుతుంది.
కాబట్టి వాస్తవానికి, వర్తమానం భవిష్యత్తు కూడా
మన అధీనానికి వెలుపలే వుంటాయి.
అది అలా వుండడమే అందంగానూ,
ఉత్సాహ భరితంగానూ వుంటుంది.

వాబి సాబి - స్థితిస్థాపకత

చాలా విచారాలని మోసుకెళ్లచ్చు,
వాటిని కథలోకి యిమడ్చవచ్చు"

-బోరిస్ సిరల్‌నిక్

ఒకసారి ఒక పియానో విద్యార్థి అడిగాడు నన్ను:

"నా టాబ్లెట్ లేదా స్మార్ట్‌ఫోన్ సునాయాసంగా నాకన్నా బాగా వాయించగలుగుతున్నప్పుడు నేను పియానో వాయించడమెందుకు?"

అతను ఆ తరువాత గుర్తులననుసరించి సంగీతం వాయించే అనేక యాప్‌లను చూపించాడు. నేను అతనికి వివరించాను:

"నీ సెల్‌ఫోన్ ఎప్పుడూ డెబుసి సంగీతాన్ని అదే విధంగా వాయించగలదు. నువ్వు ప్రేమలోపడిన హుషారైన రోజున వాయించినట్లు, నీ బంధువెవరైన చనిపోయిన విచారకరమైన రోజున మారదు. సంగీతం ఒక బాణీ మాత్రమే కాదు-నువ్వు కూడా సంగీతంలో భాగానివే. కళ అనుభవంలో నిన్ను పొదివిపట్టుకుంటుంది. నీ మానవ లోపాలు కూడా కళలో భాగమే."

ఆ విద్యార్థి వెళ్లాక నేను ఆలోచించాను: నిజానికి పరిపూర్ణమైనది సృజించడం కళ యొక్క ఉపయోగం కాదు: ప్రకృతిలో వుండే అంతర్లీన సమతుల్యాన్ని ఆవిష్కరించడమే దాని ధర్మం.

కోడా : అంత్యము యొక్క అందం

గత కాలపు విపత్తుల ప్రభావం వర్తమానం, భవిష్యత్తులపై పడకుండా చూసుకుంటూ, జీవితపు ప్రవాహాలని దాటటమే స్థితి స్థాపకత అంటే. మన మందరము జీవితపు ఎత్తుపల్లాల వలన బాధపడతాము: కాని మనకు స్థితి స్థాపకత వుంటే మనకు విపత్తులను దాటే పరికరాలువున్నట్లే.

ఆ విషయం మీద, రెండేళ్ల క్రితం చూసిన ప్రతీవారిని కదిలించే ఒక వాస్తవిక చలన చిత్రం వచ్చింది. నేను 'కోడా'నుద్దేశించి మాట్లాడుతున్నాను. అందులో ర్యుమ్‌చి సకమోటో తన వృత్తి ఆరంభ దశను గూర్చి చెబుతూ, తన నిత్యజీవితంలోని కష్టాలను ఆశ్చర్యపరిచే నిజాయితీతో వివరిస్తాడు.

సంగీతాన్ని అభ్యసించిన ఎవరికైనా తెలుస్తుంది 'కోడా' కృతి యొక్క చివరి భాగమని, అందులో ఉత్తమమైన భాగాలు మరల చెప్పబడతాయని. సకమోటో, కంఠానికి క్యాన్సర్ అని నిర్ధారించాక అదే చేస్తాడు. ఆ నటుడు, సంగీత దర్శకుడు చాలా సాహసంగా, తేటతెల్లంగా తను డాక్టరుని సంప్రదించడాన్ని, తను నిత్యం వాడుతున్న రకరకాల మందుల్ని, ఈ భయానక వ్యాధి వలన తనకు ఎదురైన కష్టాల్ని, అనిశ్చతలని సమీక్షించాడు.

అది విచారభరితమైన వాస్తవికచిత్రం. పాత జపనీసు చిత్రాల ఆచారాన్ని అనుసరించి నెమ్మదిగా మొదలై జీవితం యొక్క అతి స్వల్పమైన వ్యత్యాసానులను, వివరాలను గమనిస్తూ సాగుతుంటుంది.

గతాన్ని గుర్తు చేసుకుంటూ, వ్యాధి పోరాటం సాగిస్తూ వుండగా వాబిసాబి సాధనని కూడా ఒక మూడో కథనంలా సాగిస్తాడు. కళాకారుడే కాక, సకమోటో ఒక పేరొందిన శాంతి, ప్రకృతి కాముకుడు. ఫుకుషిమా విపత్తు తరువాత అతడు కొన్ని చెప్పుకోదగిన వ్యక్తిగత చేష్టలకు తననితాను అర్పించుకోవడాన్ని ఈ చిత్రం చూపిస్తుంది.

సునామీలో మునిగిపోయిన ఒక పియానోని వెలికితీసి తన సొంత చేతులతో దానిని బాగుచేయ ప్రయత్నిస్తాడు. నిజానికి అటువంటి సున్నితమైన వాయిద్యం విషయంలో అసాధ్యమే. ఒక యమహా గ్రాండ్ పియానోని మళ్లీ

రాగాలు పలికించేలా చేయడం అసాధ్యమేనని తెలిసినా, తనకు చేతనయినంత బాగు చేయడానికి ప్రయత్నిస్తాడు.

చిత్రం చివరలో, అతను కోలుకోవడానికి కష్టపడుతూ, ఆ పియానో మెట్ల మీద ఏదో సముద్ర జీవి రోదనంలా వినిపించే రాగాన్ని రికార్డు చేయగలుగుతాడు.

సకమోటోకి ఎంతకాలం తను జీవించివుంటాడో, తన కోడా ఎంతకాలం కొనసాగుతుందో తెలీదు కానీ ఈ లోపల ఒక పాడైపోయిన పియానో బాగుచేసి తన పద్ధతిలో ప్రపంచానికి అందం తెచ్చాడు. ఒక అసంపూర్ణ అందం, వాబిసాబి ముఖ్య ఉద్దేశ్యంలాగానే మనలో ఒక ఆశ రేకెత్తిస్తుంది.

అతని సందేశం:- అంతా ఎప్పుడూ పోగొట్టుకోము, విరిగిన దానిని మరలా అతికించవచ్చు, ఎక్కడయితే వేదన, ప్రేమ వుంటాయో అక్కడ అందం సృజియించవచ్చు.

విరిగిన దానిలో జీవం వుంది

సకమోటో బాగుచేసిన పియానో ఎప్పుడూ అసంపూర్తిగానే వుంటుంది. దానిని పూర్వస్థితిని తీసుకురావాలన్న కళాకారుని కల నెరవేరదు, ఎందుకంటే అది ఎంతమేరకు పాడయ్యిందో తెలియదు. ఇంకా అతని అశాశ్వత జీవితం దీనికి తోడ్పడదు. కాని అందం మాత్రం అతని స్ఫూర్తికి మూలంగా నిలుస్తుంది.

ఒక సంగీతకారుని దగ్గర నుంచి ఇంకొకరి దగ్గరకి:

ఆ విషయం గూర్చి బాగా విశదపరిచే వృత్తాంతాన్ని ఇత్జాక్ పెరల్‌మన్ గురించి తెలియజేసేది, రచయిత, వక్త అలెక్స్ రొవిరా చెప్పాడు.

ఆ ఇజ్రాయల్ వాయులీన కళాకారుడు న్యూయార్క్ లింకన్ సెంటరులో కచేరీ ఇస్తున్నప్పుడు ఈ క్రింది ఘటన జరిగింది. పెరల్‌మన్ చిన్నతనం

నాటి పోలియో వలన అతని జీవితాంతం కదలికలు ఇబ్బంది అయ్యేవి. అతను కూర్చుని వాయులీనం వాయించాల్సిన వేదిక నెక్కడానికి ఇబ్బంది పడ్డాడు.

ఆ సాయంత్రం, అతని ప్రతిభని చూడడానికి వచ్చిన జన సందోహం మధ్యన, తన ఊతకర్రలను ప్రక్కన పెట్టి తనకున్న కట్లను విప్పి, వాయులీనాన్ని గెడ్డానికి జేర్చుకుని సమ్మేళనం మొదలు పెట్టే సమయానికి ఒక ప్రమాదం జరిగింది. వాయులీనానికి ఒక తీగె పుటుక్కున తెగింది.

ఆ శబ్దం విన్న సభికులు మళ్లీ తీగ పెట్టే వరకు కచేరీ మొదలవదని భావించారు. అయితే అందర్ని ఆశ్చర్యపరిచే విధంగా పెరల్‌మన్ తన మామూలు ఉత్సాహంతోటి, భక్తితోటి వాయులీనం వాయించేవాడు, తీగే ఉన్నట్లుగానే.

మూడు తీగెలతో మాత్రమే వాయించడానికి పెరల్‌మన్ అక్కడికక్కడే మార్చుకోవల్సి వచ్చింది, ఒక అత్యుత్తమమైన ప్రదర్శనని ఇవ్వడానికి.

అతను ముగించే సమయానికి ఆశ్చర్యపరిచే నిశ్శబ్ధం ఆవరించింది. తరువాత చూపరులు నిల్చుని కరతాళ ధ్వనులతో ముంచెత్తారు, ప్రదర్శనలోని నమ్మలేని అందానికి, స్థితి స్థాపకతకి కదలిపోయి. చివరికి, సభ అంతా జయోత్సవములాగా వుంది.

తన స్వేదధారలను రుమాలుతో తుడుచుకొని, పెరల్‌మన్ వినయంగా నమస్కరించి, తను మాట్లాడుతానన్నట్లు సంకేతాన్నిచ్చాడు. మళ్లీ సభలో నిశ్శబ్ధం ఆవరించిన తరువాత ఆ వీర వాయులీన కళాకారుడు అన్నాడు.

"మీకందరికి తెలుసా?.. కొన్ని సందర్భాలలో తనకున్న దానితో ఎంతవరకు చేయగలనన్నది తెలుసుకోవడమే కళాకారుని ప్రతిభ".

ఈ కదిలించే వృత్తాంతం గురించి అలెక్స్ రోవిరా సాలోచనగా ఈ విధంగా అన్నాడు: "ఈ ప్రశ్నని మనకి మనం వేసుకోవడం మొదలెట్టాలి: మనకు

వున్నదానితో, అంటే మనకు మిగిలినదానితో మనమేం చేయగలము? మనకి ఎప్పుడూ ఏదో ఒకటి లోపిస్తుందని గ్రహించనట్లయితే, ఎప్పుడూ అభివృద్ధికి ఆస్కారం వుంటుంది, సాధారణంగా మనం మన జీవితంలో ఒక తీగ మాయమైన వాయులీనం మీదనే వాయించాల్సి వస్తుంది. అక్కడే, మనకున్న దానిపట్ల మన మనస్సు, ఆత్మ లగ్నం చేయడంలోనే, మనం అసంపూర్ణంగా బలహీనంగా వున్నాకాని ధైర్యం కనపడుతుంది: మనకు మిగిలినదానితో మనమేం చేయగలం?"

కిన్సూగి పాఠాలు

ఈ ప్రశ్నకు బదులుగా మనం పూర్తిగా మానవీయ అందంతో కూడిన జపనీసు కళ 'కిన్సూగి'ని చెప్పగలము. 'కిన్సూగి' విరిగిన ముక్కలని బాగుచేయడానికి బంగారు మెరుగుపూతని ఉపయోగిస్తుంది. వాటికి మళ్లీ స్థితి స్థాపకత్వం చేకూర్చుతుంది.

పగుళ్ల మీద అదే రంగు పూసి కప్పివేయడం కన్నా, బంగారుపూత పూసి ఆకర్షణీయంగా చేయడంలో మానవస్ఫూర్తికి సంబంధించిన తత్త్వశాస్త్రం వుంది.

- అన్ని వస్తువులకు ఒక కథ వుంది. వాటి గాయాలను బయటపెడుతూ, మనం అవి వివరాలు అందించేటట్లు చేస్తాము, దాని వల్ల వాటి విలువ ఇంకా పెరుగుతుంది.
  కిన్సూగి యొక్క పాఠం ఒకటి: మచ్చలు దాచకూడదు- అవి మన కథలో భాగము.
- ఒక కప్పు, పూలకుండీ లేదా ఏదైనా ప్రమాదం వల్ల విరిగితే మీరు బాగుచేస్తే అదే దాన్ని ఆసక్తికరంగా మారుస్తుంది. నిజానికి అది ఆ వస్తువు యొక్క విలువని అప్పుడే ఉత్పత్తి అయిన మచ్చలేని వస్తువు కన్నా ఎక్కువ చేస్తుంది.

- కిన్ట్సుగి యొక్క 2వ పాఠం: ఇంత దూరం మనం కాపాడుకుంటూ వచ్చిందే గొప్ప సంపద. పెరల్‌మన్ తన వాయిలీనానితో చేసినట్లు, ప్రమాదం మనం వదిలేసుకునేటట్లు చేయదు, అది మన బలంగానూ, జ్ఞానానికి మూలంగానూ పరిణమిస్తుంది. ప్రఖ్యాత పర్షియన్ కవి రూమీ చెప్పినట్లుగా, "గాయం మనలో వెలుగు ప్రవేశించడానికి ఒక మార్గం". *కిన్ట్సుగి 3వ పాఠం: ప్రమాదాలు బుద్ధిని మేల్కొలిపేవి.*

ఒక వయసు వచ్చేటప్పటికి, జీవితం సమర్థించుకోవడానికి విరిగి బాగు చేయబడ్డ నౌకల్లాగా వుటాము. కొద్దోగొప్పో అందరం స్నేహితులతోటి బంధువులతోటి మోసగించబడో, ఉద్యోగంలో ఎదురుదెబ్బలు తినో, లేదా ఆరోగ్యం దెబ్బతినో హృదయం గాయపడి వుంటాము.

పెద్ద ప్రశ్న ఏమిటంటే, ఆ ఇజ్రాయెల్ వాయులీన కళాకారుడు చెప్పినట్లు మనకు మిగిలినదానితో మనమే చేయగలం అనేది.

విధి రాసిన ఎదురుదెబ్బల కభిముఖంగా, మనం అస్తిత్వ భంగిమలు రెండిటిలో ఒకటి తీసుకోవచ్చును.

1. దురదృష్టాన్ని నిందిస్తూ, ఇతరుల వంక పెడుతూ, బాధ్యత నుంచి తప్పించుకుని సమస్య పరిష్కారానికి ఏమీ చేయకపోవడం.
2. మన విధి ననుసరించి నడుస్తూ, వర్తమానాన్ని అభివృద్ధి చేసుకోవ డానికి అడుగులువేస్తూ, విరిగినదానికి అతుకులు వేస్తూ ముందుకు వెళ్లే దిశగా చూడడం.

ఈ రెండో మార్గం మనలో గంభీరమైన రూపాంతరం వైపు దారి తీస్తుంది. ఓటమిని ఎదుర్కున్నాక, మనకు ఊత లభిస్తే, మనం ఇంతకు పూర్వంకన్నా మెరుగుగా కనిపిస్తాము ఎందుకంటే మనకు అనుభవము, స్థితిస్థాపకత్వము చేకూరతాయి కనుక: అదే జీవిత ప్రమాదాల నెదుర్కొని పునర్జన్మించే కళ.

ఈ విషయం మీద అమెరికా నవలా రచయిత ఎర్నెస్ట్ హెమింగ్వే ఇలా అన్నాడు: "ప్రపంచం అందరిని కృంగదీస్తుంది, ఆ తరువాత చాలా మంది బద్ధలయిన చోట్లలోనే బలవంతులుగా వుంటారు".

కష్టంతో ఓ సీజన్ టికెట్టు

కరీబియన్ దీవులలో ఒక అగ్నిపర్వతపు ద్వీపమైన సెయింట్ లూసియా వాసి, కవి, నాటక రచయిత డెరెక్ ఆల్టన్ వాల్‌కట్, స్థితిస్థాపకత్వానికి ఒక అరుదైన ఉదాహరణ.

అతని తాతలు బానిస తెగ నుంచి వచ్చినవారు, మరియు అతని తండ్రి సాంఘిక నియమాలు పాటించని వాటర్ కలర్ పెయింటర్. అతని చిన్నతనంలోనే తండ్రి పోయాడు. డెరెక్ తనతో బాటు కవలగా జన్మించిన సోదరున్ని కూడా చిన్నతనంలో పోగొట్టుకున్నాడు. అది జీవితాంతం అతనిపై చెరగని ముద్ర వేసింది.

ఈ ఉద్వేగభరిత అనుభవాలు అతనికి కళ పట్ల సాహిత్యం పట్ల ఆసక్తిని రేకెత్తించడమే కాకుండా, అతనికి బాధ నుంచి విముక్తి కలిగించే మర్దన నూనెలాగా పనిచేసి ఆ కళ జీవితం యొక్క కష్టాల గురించి తెలుసుకోవడమే కాకుండా వాటిని గూర్చి చెప్పే విధంగా చేసింది.

తన జన్మస్థలాన్ని వదిలిన తరువాత డెరెక్ ఆల్టన్ వాల్కట్ బోస్టన్ విశ్వవిద్యాలయంలో ఒక ఆచార్యునిగా వుండి అక్కడే ఒక నాటక సమాజాన్ని స్థాపించాడు. 1992లో అతనికి సాహిత్యానికి నోబుల్ పురస్కారం లభించింది.

అతని కవిత "ప్రేమ తరువాత ప్రేమ" అతనికి గల అంతులేని జీవన స్ఫూర్తికి ప్రతీకగా నిలుస్తుంది.

ఒక సమయం వస్తుంది హర్షాతిరేకంతో,
నిన్ను నువ్వే స్వాగతించుకునే వేళ, నీ గుమ్మం దగ్గరే, నీ అద్దంలోనే,
ఇక ఆ స్వాగతంపట్ల చిరునవ్వులు చిందిస్తూ,

ఇక్కడ కూర్చో. భుజించు అంటూ నువ్వు మళ్లీ ప్రేమిస్తావు అగంతకునిలా వున్న నిన్నే.

వైన్ నివ్వు, రొట్టి నివ్వు, నీ హృదయాన్ని ఇవ్వు

దానికే, నిన్ను ప్రేమించిన అగంతకునికి

జీవితాంతం, నీవు అలక్ష్యం వహించినా నీ హృదయం గ్రహించినవానికి

పుస్తకాల అలమారా నుంచి తీసెయ్యి, ప్రేమ లేఖలను, ఛాయాచిత్రాలను, నిరాశజనకమైన రాతలను,

అద్దంలోని నీ ప్రతిబింబాన్ని ఒలుచుకో.

కూర్చో. జీవితం విందారగించు.

ఆలోచింపదగిన ఓ జ్ఞానపు ముత్యం

మెరిసే నక్షత్రాలను నేను చూస్తాను
నా చేతులను చూస్తాను.
నేను దీర్ఘంగా శ్వాసిస్తున్నప్పుడు
ఒక స్వల్పకాల విరామం ఏర్పడుతుంది శాశ్వతత్వంలో.
నేను సమ్మోహితుడినయ్యాను
అదే సమయంలో చేతనత్వం కలిగివున్నాను.

ఖాళీని ఏర్పరుచుట

జీవితం వాస్తవానికి సరళమైనది,
కాని మనం పట్టుబడతాము
దానిని కఠినతరం చేయడానికి.

-కన్ఫూసియస్

మీ జీవితం ఒక ఈ-మెయిల్ ఇన్‌బాక్స్ కాదు.

ప్రేమను అందించిన లేదా అందుకున్న రోజులలోనే మనం నిజంగా జీవిస్తాము-మిగిలిన సమయం మనం మరచిపోతాము, మనని మరచిపోయినట్లుగానే. ఎప్పుడైతే ఒక బంధువుగానీ, స్నేహితుడుగానీ లేదా పరిచయస్తుడుగానీ నాతో "నేను పనిలో వున్నాను" అంటే నాకు అర్థమవుతుంది. వాళ్లు ఒత్తిడిలో వున్నారు అని. నేనే ఇతరులతో "నేను పనిలో వున్నాను" అని అంటే నాకు అర్థమవుతుంది నేను జీవితంలో ఖాళీని ఏర్పరుచుకోవాలని.

ఈ విషయం మీద నానిన్ అనే మేజి, కాలం నాటి జెన్ గురువు కథ ఒకటి వుంది. ఆయన నుంచి పాఠాలు నేర్చుకోవలసిన ఒక విశ్వవిద్యాలయపు ఆచార్యున్ని ఆయన స్వాగతించాడు. అంతకు ముందే, ఆ ప్రఖ్యాతినొందిన అతిథి కష్టపడి తన పాండిత్యపు ఘనతల గురించి సాధించిన కార్యాల

గురించి, దేశాన్ని ఎలా పాలించాలి అన్నదానిని గురించి అభిప్రాయాలు వెలిపుచ్చాడు.

నానిన్ తన అతిథికై తేనీరుని కప్పునిండా నింపాడు, ఇంకా పోస్తూనే వున్నాడు.

అతను తేనీరుని పోస్తుండడం చూసి, ఆచార్యుడు అరిచాడు:

"కప్పు నిండింది - ఇంకా పోయడానికి లేదు!"

"ఈ కప్పులాగానే" నానిన్ సమాధానం ఇచ్చాడు. "నువ్వు కూడా అభిప్రాయాలతోటి, ఆలోచనలతోటి నిండిపోయావు. నేను నీకు జెన్ బోధించలేను, నీవు కప్పు ఖాళీ చేసుకోనంత వరకు".

ఆ ఆచార్యుని లాగానే, మనం మన జీవితాలలో ఖాళీని ఏర్పరుచుటకు అక్కరలేనివి తొలగించి, క్రొత్త జ్ఞానాన్ని, బాధ్యతలను కలుపుకోవాలి. దానికి కొంత క్రమశిక్షణ, బలవంతంగా కొన్ని అలవాట్లను మార్చుకోవలసిన అవసరం వుంటుంది. దానిక సరియైన దృక్పథం అవసరం.

ఏది మన జీవితంలో ఖాళీ ఏర్పరుస్తుంది	**ఏది మన జీవితంలో రణగొణ ధ్వనిని నింపుతుంది.**
ఈ మెయిల్ మొదలగునవి చూసుకుందుకు పరిమితి గల కాలాన్ని నిర్ణయించుట.	ఈ మెయిల్, టెక్స్టమెసేజ్‌లు, వార్తలు విహారం అయిన వెంటనే ప్రొద్దునే చూడడం, రాత్రి పడుకునే ముందు చూడడం
మనం ఎంచుకున్న మనుష్యులతోటి ఎంత కాలం గడుపుతామో నిర్ణయించుట	ప్రతీవారిని కలవడం, అందరి ఆహ్వానాలు మన్నించడం, సాంఘిక వేడుకల్లో పాల్గొనడం
ప్రాముఖ్యత ననుసరించి, ఏది ఆవశ్యకమైనదో ముఖ్యమైనదో అన్ని వేళల తెలుసుకోవడం	ఏది ముఖ్యమైనదో దాని కోసం జీవితంలో అన్ని వదులుకోవడం
ఆత్మ సంతృప్తితో పనిచేయడం, ఇతరులను అలరించడం కన్నా ఆత్మతృప్తి కోసం చేయడం.	చాలా పనులు ఇతరులను అలరించడం కోసం చేయడం
విహారానికి (వాకింగ్)కి ఒక నిర్ణీత గమ్యం లేకుండా వెళ్లడం.	అవసరానికి అనుగుణంగా ఏ నుంచి బి వరకు నడక సాగించడం
కొంత సేపు ఏమీ చేయకుండా వుండడం	ప్రతి క్షణాన్ని చేయాల్సిన పనులతో నింపడం. ఒక్క క్షణం విరామ సమయం దొరికితే మన చూపుని స్మార్ట్‌ఫోన్ తెరపై నిలపడం.

ఇక ఇది కేవలం పని లేదా చేసే కార్యకలాపాల గురించి కాదు. కొన్ని సార్లు మన మెదడు చింతలతోటి, నిరూపయోగమైన ఆలోచనలతోటి నిండిపోతుంది. మనం నిజంగా ఒత్తిడిలో వున్నప్పుడు ఇది ఒక అణగద్రొక్కే బరువుగా అయిపోతుంది, మనం అదుపులో లేని ప్రెషర్ కుక్కర్‌లా పేలిపోవడానికి సిద్ధంగా వున్నట్లు భావిస్తాము.

ఇటువంటి సున్నితపు వేళలో, మనం బరువుగా భావించి అంతటిని చేసుకుని తిరిగి స్ఫూర్తి నింపుకోవాలనుకుంటాము. కొంతమంది తప్పించుకునే మార్గం ఎంచుకుంటారు: మద్యం, మత్తు పదార్ధాలు, అనారోగ్యకరమైన చెడ్డ అలవాట్లు.. వాస్తవానికి ఈ వ్యూహాలేవీ ఖాళీని ఏర్పరుచులేదు. కానీ - అవి కేవలం తప్పించుకునే మార్గాలు - మీరు తరువాత మళ్లీ వున్న స్థితికే చేరుకుంటారు.

మన జీవితంలో ఖాళీని ఏర్పరుచుకునేందుకు ఆరోగ్యకరమైన మార్గాలు వున్నాయి, వాటిని మనమిప్పుడు చూద్దాం.

పలాయన వాదం	అనుగుణమైన ఖాళీని ఏర్పరుచుకొనుట
మద్యం దుర్వినియోగం	మీరు ప్రేమించేవారితో క్రొత్త ప్రదేశంలో రాత్రి భోజనంచేయడం
మత్తు పదార్థాలు	వ్యాయామానికి సమయాన్ని వెచ్చించి, శరీరాన్ని గురించి జాగ్రత్త తీసుకోవడం
మితిమీరిన జూదమాడటం పందేలు కాయటం	ప్రేమించేవారితో బోర్డు ఆటలు ఆడడం
హద్దుమీరి చలనచిత్రాలు, సీరియల్స్ చూడడం	కుటుంబంతో కలిసి వారానికి ఒకసారి ఇంటిలోని చలనచిత్రాన్ని చూడాల నినిర్ణయించడం, చూస్తున్నంత సేపు ప్రతీక్షణం ఆనందించడం
మితిమీరి పనిచేయడం (అవును, వాస్తవాన్ని భరించలేక చాలా మంది ప్రజలు పనిలో శరణుపొందుతారు)	ఎంత అవసరమో అంతే పనిచేసి, ఎప్పుడు ఆపాలో తెలుసుకొని, చేస్తున్న పనిలో ఆనందం పొందడం
దైనందిన ఒత్తిడిని తప్పించుకునేటందుకు ప్రయాణం చేయడం	క్రొత్త విషయాలు కనుగొనేటందుకు, ఆనందించేందుకు ప్రయాణం చేయడం

మనం అసంపూర్ణంగా వుండడం పెద్ద విషయం ఏమీ కాదు

ఎప్పుడయితే నేను షిన్జుకు పరిసరాలలో వుంటానో, అప్పుడు నేను కినోకునియా పుస్తకాల అంగడికి వెళ్లడానికి ఇష్టపడతాను. నేను స్వయం సహాయక పుస్తక విభాగాన్ని పరిశీలిస్తాను, నేను వాటిల్లో గమనించిన సాధారణ వైఖరి ఏమిటంటే అవి మన జీవితాలని ఎలా అభివృద్ధి చేసుకోవచ్చునో చాలా చాలా ఆలోచనలుగా చెబుతాయి.

అన్నీ కాకపోయినా చాలా వరకు స్వయం సహాయక పుస్తకాలు మనం జీవితంలో మరింత ఉత్పత్తిదాయకంగా వుండేటందుకు, మన నైపుణ్యాన్ని పరిపూర్ణం చేసుకునేటందుకు, మరింత విజయవంతమైయ్యేటందుకు, మన పనిదనాన్ని అనుకూలపరచేటందుకు సూత్రాలను ఇస్తాయి.

ఇలాంటి పుస్తకాలను చదివినప్పుడు నేను, బాగా వున్నట్లు భావించడానికి బదులుగా నేను కొరవడి వున్నట్లు భావించి ఒత్తిడికి లోనవుతాను, నేను ఉత్కృష్టత సాధించడం కోసం ఒక్కటి తరువాత ఒక్కటిగా ఎప్పుడూ చేస్తూపోతున్నట్లు అనిపిస్తుంది. ఈ పుస్తకాలు నన్ను చూసి అరుస్తున్నట్లు నాకనిపిస్తుంది.

"నీవు రోజూ ధ్యానం చేయాలి"!

"నీవు రోజూ వ్యాయామం చేయాలి"!

"నీవు ఇదైనా లేదా అదైనా చేయాలి"!

ప్రాథమికంగా నా తత్వం ఈ స్వయం సహాయక పుస్తకాలు మనమీద రుద్దేసే చాలా వేధింపులకి వ్యతిరేకంగా వుంది.

ప్రతిరోజులోని ప్రతీక్షణం మనం ఉత్పత్తిదాయకంగా లేకపోతే పెద్ద విషయమేం కాదు. మనం రోజుకి 18 గంటలు మేల్కొని వుండి, చేయాల్సిన పనుల జాబితాలోని పనులని దంచేస్తూ వుండకపోతే పెద్ద విషయమేం కాదు. ఏమీ చేయకుండా వుండి మనం బాగుగా భావించవచ్చు: ఒక గమ్యస్థానం నిశ్చయించక విరామంతో కూడిన నడకని సాగించవచ్చు. కిటికీ నుండి బయటకు చూస్తూ కూర్చొని ఒక కప్పు తేనీరు తీసుకోవచ్చు.

మనం అసంపూర్ణంగా వుండడం పెద్ద విషయమేమీ కాదు.

మనం సంతోషాన్ని ప్రశాంతతని పొందాలంటే ఒకటికొకటి కలుపుకుంటూ పోవడం కంటే, మన శక్తిని పీల్చివేసే పనులను ప్రక్కకు పెడితే మంచిది.

సమస్య ఏమిటంటే జీవితంలో మనం ఎంతగా పరిగెడుతున్నామంటే మనకి కీడు చేసే వాటిని గూర్చి మనం తెలుసుకోవడం కూడా లేదు. అప్పుడు మొదటి అడుగు మనకు వ్యతిరేకమైన విషయాలను మనకు సానుకూలమైన విషయాలను వేరు చేయడమే.

టోక్యోలో నేను ఒత్తిడికి గురైన రోజులలో, ఐదు నిముషాలలో వ్రాయగల 'రెండు ప్రశ్నల దినచర్య పుస్తకాన్ని' ఉపయోగించేవాడిని:

రెండు-ప్రశ్నల దినచర్య పుస్తకం

ఏది నాకు ఈ రోజు శక్తి నిచ్చినది?

1.

2.

3.

ఏది ఈ రోజు నా శక్తి పీల్చివేసినది?

1.

2.

3.

మీ రెండు ప్రశ్నల దినచర్య పుస్తకాన్ని ఒకటి లేదా రెండు వారాల పాటు వ్రాసిన తరువాత ఫలితాలను మళ్లీమళ్లీ చదవండి, 'నా శక్తిని హరించనది ఏది"? విభాగం నుంచి మూడు విషయాలను ఎంచుకోండి.

వాటిని పరిష్కరించే క్రియలకుపక్రమించి ఆ అగాధాలలోకి అడుగెయ్యకుండా వుండడానికి ప్రయత్నించండి. కొన్నిసార్లు కొన్నింటిని వదిలించుకోవడం పరిష్కారం వుంటుంది, కొన్నిసార్లు మీ దినచర్యలో మార్పులు చేసుకోవడం అవసరమౌతుంది.

నేను ఎక్కువగా గడిపిన ఒత్తిడి దినాలలో ఈ దినచర్య పుస్తకం వ్రాయడం అనే అనుభవం నాకు తెలియజేసినదేమిటంటే “నా శక్తిని హరించినది ఏది” అన్న భాగంలో ఒక్కటే సమాధానాలు మళ్లీ మళ్లీ వచ్చాయి. దానితో నాకు ఇబ్బందికరంగా వున్నవి స్పష్టంగా కనబడి, వాటిని నేను తొలగించడం ప్రారంభించాను.

చివరగా ప్రధాన నగర నివాసం నాశక్తిని హరించివేస్తోందని నేను గ్రహించుకునేలా చేసింది. అందుకే నేను అక్కడ నుండి కదలాలని నిర్ణయించుకున్నాను.

ఎప్పుడైతే నేను తీరిక లేకుండా, జీవితం మీద పట్టుతప్పి వుంటానో, నేను మళ్లీ ఈ సులభమైన ప్రభావవంతమైన 'రెండు ప్రశ్నల దినచర్య పుస్తకం'ని వుపయోగిస్తాను. నేను ఎప్పటి నుంచి నా కప్పును ఖాళీ చేయడం మొదలుపెడతానో గుర్తించడం అమూల్యమైనది.

ఈ రోజు మొదలుగొని మీ జీవితంలో ఖాళీని ఏర్పరుచుకొనుటకు పది సరళమైన ఆలోచనలు

నేను సూత్రాలని అందించడంలో ఆసక్తుడను కానుకాని, ఈ పది సూచనలు మీరు మీ నిత్య జీవితంలోని ఒత్తిడిని మరియు గందరగోళ ధ్వనిని తగ్గించుకునేందుకు ఉపయోగపడే ఆలోచనలు.

1. మీ గదిని శుభ్రపర్చుకోండి
2. మీ దినచర్య పట్టికలో ఒక వారాన్ని “వ్యక్తిగత సెలవు'గా ప్రక్కన పెట్టుకోండి.

3. మీ ఇ-మెయిల్ ట్రేని ఖాళీ చేసుకోండి
4. మీ ఆలోచనలతో బాటు నడిచేటందుకు ఆదివారం మధ్యాహ్నం రెండు గంటలు కేటాయించండి (మీ సెల్‌ఫోన్‌ని విమాన రీతిలోకి ముందరగా మార్చుకోండి)
5. మీరు చేయాల్సిన వాటి జాబితాలోని అంతా ఖాళీ అయ్యే వరకు క్రొత్తవి చేర్చుకోకండి.
6. మీ జీవితాన్ని ఇంకా క్లిష్టతరం చేయకుండా, మీ క్లేశాలను హరించేలా మీ క్రొత్త సంవత్సర ప్రణాళికలు వ్రాసుకోండి. ఉదాహరణకి :- నేను ఆహార నియమాలను పాటిస్తాను" అనడానికి బదులుగా "నేను తీపి బిళ్లలను తినడం మానేస్తాను" అని వ్రాసుకోండి.
7. ఏళ్ల తరబడి మీరు ఉపయోగించని వంటింటి పాత్రలు, ఎలక్ట్రానిక్ పరికరాలు తొలగించండి.
8. సదృశమైన మూలని మీ యింటిలో ఏర్పరుచుకోండి, వీలైతే ఒక పూర్తి గదినే ఏర్పరచుకోండి. మీరు అక్కడ విశ్రాంతి పొందుతున్నప్పుడు అక్కడ మీరు ఎలక్ట్రానిక్ పరికరాలు అవసరంలేని వస్తువులు తొలగించాలి. సదృశమైన మూలలో (అనలాగ్ కార్నర్) మీరున్నప్పుడు మీరు చదవచ్చు, బొమ్మలు గీయవచ్చు, పెయింట్ చేయవచ్చు, మీ కిష్టమైనవారితో మాట్లాడవచ్చు. బోర్డు ఆటలు ఆడవచ్చు.
9. మీ దినచర్య పట్టికలో ఖాళీ సమయం ఏర్పరచుకోండి. రోజులో కొన్ని గంటలు లేదా ఒక వారం "వ్యక్తిగత సమయం" పేరిట ప్రక్కకు పెట్టుకోండి. ఆ సమయం వచ్చినప్పుడు, మీకు చేయాలనిపించిన పనులు చేయుటకు కేటాయించండి.

10. మూడుసార్లు ధీర్ఘంగా శ్వాస తీసుకుని, కళ్ళు మూసుకొని, క్రిందటి వారంలోని మూడు మంచి క్షణాలను గుర్తు చేసుకోండి. ధన్యవాదాలు చెప్పుకుని, చిన్నగా చిరునవ్వు నవ్వండి.

ఖాళీని-ఏర్పరచు పరికరం-వాబిసాబి మేఘం

మీరు చేయవలసిన అన్ని పనులతో నిండివుంటే ఒత్తిడి మీకు నమ్మకమైన సహచరిగా వుంటుంది. కొంత విరామ సమయం ఏర్పరుచుకోండి. తేనీరు తయారుచేసుకొని మీ దినచర్య పుస్తకం వ్రాయడానికి పూనుకోండి కనీసం ఒక కాగితం మీదైనా వ్రాయండి.

ఈ వాబిసాబి మేఘాన్ని స్ఫూర్తిగా ఉపయోగించుకోండి. మొదటి వాక్యం ఈ పదాలలో ఒకదానితో మొదలు పెట్టండి మరియు ఆపై మీ ఊహాశక్తి స్వేచ్ఛగా పయనింపజేసి మీ వ్యధలను, ఆశలను భవిష్యత్తు ప్రణాళికలను వ్రాయండి.

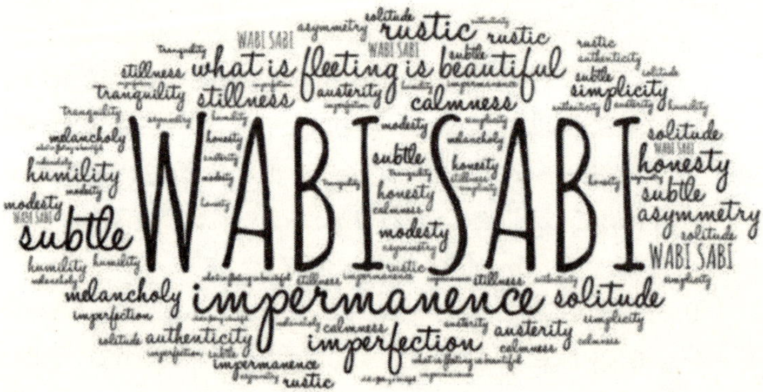

ఆలోచింపదగిన ఒక జ్ఞానపు ముత్యం

గుడిలో సంచరించుట,
ఉద్యానవనంలోని కుర్చీలో కూర్చొనుట,
సముద్ర తీరం వెంట నడక సాగించుట,
దిగంతాలని ధ్యానిస్తూ రాయిపై ఆనుకొనుట,
నేలపై పడుకొనుట,
మీ కనుపాపలలో చుక్కలు నిండిన ఆకాశాన్ని నింపుకొనుట,
ప్రేమించినవారి లాలనలు,
పంచుకున్న నవ్వులు,
ఒక ఆకస్మికమైన ఆలోచన
సరళమైన స్వచ్ఛమైన క్షణాలు
ఏ మాత్రం ఖర్చు లేనివి.

మినిమలిజం అనే సిద్ధాంతం

"నిరాడంబరత్వం తుది అధునాతనత్వం"

-లియోనార్డో డావిన్సి.

టోక్యోలో నివసించిన సమయంలో మహానగరపు దురాకర్షణలు నన్ను మోసుకుపోయేలా నేను చేసుకున్నాను. నా ఏజెంట్ కార్యాలయానికి బండి మీద పది నిముషాల్లో చేరుకోగల, దూరంలో అయోయామలో ఓ అపార్టుమెంట్‌కి, అతి ఎక్కువ అద్దె చెల్లించి వుండేవాడిని.

ప్రతీ ఏడాది నా జీతం పెరుగుతూ ఉండడంతో నాకు కావాల్సినవన్ని కొనుక్కుంటూ ఖర్చుపెట్టే దిశగా వుండేవాడిని. నేను చాలా ఏళ్లు పొదుపు చేసిన సొమ్మంతా స్టెయిన్‌వే గ్రాండ్ పియానో కొనడానికి వెచ్చించాను (నేను దాని మీద బాగా వాయిస్తానని అనుకున్నాను), వంటగదికి చాలా రకాలైన పరికరాలను ప్రోగు చేశాను (నేను ఇంటిలోనే వండుతానని అనుకున్నాను), 'రకూ' పాత్రలను సేకరించాను (నన్ను చూడడానికి వచ్చే కళాకార మిత్రులని మెప్పించగలనని అనుకున్నాను), ఒక పెద్ద క్రొత్త టీవీ కొన్నాను, తోలు పరుపు కొన్నాను (నా స్నేహితులు దాని ద్వారా ఆడవారిని మెప్పించగలనని చెప్పారు), పెద్దతెరతో వున్న ఆధునిక కంప్యూటర్ కొన్నాను (ఆ విధంగా నేను ఎక్కువగాను, బాగానూ వ్రాయగలనని అనుకున్నాను), ఎన్ని బట్టలుకొన్నానంటే వాటిని నా అలమారాలో పెట్టడానికి చోటు లేదు..

నేను ఎంతో తప్పిదం చేశాను, అయోమయంలో పడ్డాను! నేను మనకు అవసరం లేని వస్తువులు సేకరించడం ఎంత వెర్రితనమో గ్రహించాను. నన్ను సంతోషపెట్టడానికి బదులు, నా వస్తువులని నా గుండెల మీద బరువుగా మారాయి.

అంతా నేను ఎలా వుంటుందనుకున్నానో దానికి వ్యతిరేకంగా మారింది.

నేను స్టెయిన్వే పియానోని చూచి దిగులుపడేవాన్ని ఎందుకంటే నేను ఎప్పుడూ వాయించేదాని కంటే తక్కువ వాయించేవాన్ని. టోక్యో ఆహారానికి స్వర్గం లాంటిది కనుక నేను బయటే రెస్టారెంట్లలోనే తినేవాణ్ణి, అసలు వంటిల్లు శుభ్రపరచే అవసరమే వుండేది కాదు. నేను కేవలం నేను కొన్న పరికరాలను శుభ్రపరుచుకోవాల్సి వచ్చేది. ఆ పెద్ద టీవీ నా ఖాళీ సమయాన్ని సుడిగుండంలా మింగివేసింది. కంప్యూటర్ నేను బాగా వ్రాయడానికి తోడ్పడలేదు. ఇక నేను ఏదీ కట్టుకోవాలో తెలియక, అన్ని బట్టలు వుండడం వలన ప్రొద్దున్నే అయోమయంలో పడేవాణ్ణి.

రెండు నమ్మకాల మీద ఆధారపడి నేను కొన్నవన్నీ తప్పడు ఎంపికవే.

ఎ. నా దగ్గర ఎక్కువ, క్రొత్త వస్తువులు ఉంటే, అంతా బాగుంటుంది.
బి. నా దగ్గర ఇవన్నీ వున్నట్లయితే, ఇతరులు నాకు ఎక్కువ విలువనిస్తారు.

ఈ రెండు నమ్మకాల్లో దేని మీద ఆధారపడి మీరు క్రొత్తగా ఏది కొన్నారు?

నేను ఎప్పుడైతే ఈ రెండు కృత్రిమ మానసిక నమూనాలు నా నిర్ణయాలను ఆధీనంలోకి తీసుకున్నాయని తెలిసిన తరువాత నేను నా వస్తువులన్నిటిని వదిలించుకోవాలనుకున్నాను. ఫలితంగా నా టోక్యో జీవనాన్ని కూడా వదిలివేసి కదలాల్సి వచ్చింది.

మినిమలిజమ్ సమయం

కళ పట్ల నా ప్రేమ, వాబిసాబి నాతోనే వుండి నాకు సరియైన దారి చూపించాయని నేను త్వరలోనే గ్రహించాను. కేవలం నగర జీవితపు ఒత్తిడి వల్ల నేను దాన్ని విస్మరించాను.

డైసెట్జు టి.సుజుకీ (1871–1966) 'వాబి' అనే మాటని ఈ విధంగా నిర్వచించాడు: "వాబి అంటే ఒక చిన్న గదితో, రెండు లేదా మూడు తాతామీ చాపలు, దగ్గరలోని పొలాల నుంచి ఎంచుకున్న ఒక కంచం నిండా కూరగాయలతో తృప్తి చెందడం మరియు బహుశ వసంతకాలపు వర్షపు చినుకులు పైకప్పు మీద చిటపటలాడడం వినడం.."

వాబిసాబి అంటే నిరాడంబరత్వం, మినిమలిజం.

వాబిసాబి కనుగుణంగా జీవించడమంటే మన దగ్గర మనకత్యవసర మైనవి మాత్రమే కలిగి వుండడం. అది అవవసరమైనదో కాదో, తెలుసుకోవడానికి మనని మనం రెండు ప్రశ్నలు వేసుకోవాలి.

1. ఇది నిజంగా నాకు అవసరమైనదా, నేను మనస్ఫూర్తిగా నేను కోరుకుంటున్నదేనా?
2. ఇతరులను ఆనందింపజేయడానికో, లేదా దేనికన్నా మెరుగైనదనో నా అహం కోరుకుంటున్నదా?

మీకు అనవసరమైనదాన్ని వెంటనే వదిలించుకోనక్కరలేదు. మీకు సులభంగా అనిపించేవరకు, కొంచెం కొంచెం మొదలుపెట్టి చేయండి. రోజువారీగా ఈ రెండు ప్రశ్నలు వేసుకోండి. మీ జీవితంలో మార్పులని మీరే గమనిస్తారు.

నన్ను నేను వేసుకునే మూడో ప్రశ్న కూడా వుందని చెప్పుకోవాలి! దానిని చూడగానే నా జీవితం సంతృప్తికరంగా అనిపించేటంత అందమైనది ఏదన్నా వుందా?

నిర్మాణ కళాకారుడు విలియమ్ మోరిస్ ఇలా అన్నాడు. "మీరు ఉపయోగకరమైనదిగా భావించినది లేదా మీరు అందమైనది అని నమ్మినది కాకపోతే ఏ వస్తువుని ఇంటిలో వుంచుకోకండి"

లోపల వున్నట్లుగానే, బయట కూడా

మనం బయట పారెయ్యడానికి ఇష్టపడకపోవడానికి రెండు కారణాలు ఉన్నాయి.

- అది భవిష్యత్తులో ఉపయోగపడవచ్చని, ఆ విధంగా డబ్బు ఆదా చేయవచ్చని మీకు మీరే చెప్పుకుంటారు.
- మీకు దానిపట్ల భావగర్భితమైన విలువ వుంటుంది. మీ మస్తిష్కం దానిని ఆనందకరమైన క్షణాలతో ముడిపెడుతుంది.

ఈ రెండవది మనం వస్తువులను కూడగట్టుకోవడానికి సర్వసాధారణమైన కారణం, ఎందుకంటే దానిలో అనుభూతి పరమైన భాగముంది కనుక.

మన భావాలతోటి వస్తువులను కూడగట్టడం అనేది కలిసిపోతే ప్రమాదకరంగా వున్న మన మానసిక స్థితిని తెలియజేస్తుంది. వస్తువులతో నిండి చిందరవందరగా వున్న గది, ఆ గదిలో వుండే వ్యక్తి యొక్క భావాల పరిస్థితిని తెలియజేస్తుంది.

వేల సంవత్సరాల క్రితం, గురువు అయిన హెర్మస్ ట్రిస్మెజిస్టస్ అన్నాడు. "లోపల వున్నట్లుగానే, బయటకు కూడా". అయితే మంచివార్త ఏమిటంటే బయట గందరగోళమంతా లోపలి కలతకు రూపమే, దానిని బాగుచేసుకుంటే లోపలి గందరగోళాన్ని కూడా బాగుచేసుకోవచ్చు.

మీ గదిలో ఖాళీని ఏర్పరుచుకోండి వెంటనే, మీకు బాగా అనిపించి ఉత్పాదకమైన పనులు చేయాలనుకుంటారు. ఈ చిన్ని చర్యలతో మీరు మొదలు పెట్టండి.

- మీరు గత ఏడాదిగా ఉపయోగించని పది వస్తువులను పారవేయండి.
- మీ యింటిలో ఒక మూలని ఎంపిక చేసుకొని, దానిని చాలా అందమైన భాగంగా తయారు చేయండి.
- మీకున్న దానిపట్ల విలువనిచ్చి, కృతజ్ఞతతో వుండండి, ఇంకా ఏదో కూడగట్టుకోవాలన్న భావనతో వుండకండి.

ఈ విషయం మీద లావోట్జు అన్నాడు:
"మీకున్న దానితో సంతృప్తిగా వుండండి, వున్నది వున్నట్లుగా ఆనందించండి మీకు ఏ లోటు లేదని కనిపించినప్పుడు ఈ ప్రపంచం మీదవుతుంది."

ఒక మినిమలిస్ట్ జీవితం మిమ్మల్ని ఆ స్థితికి తీసుకువెడుతుంది. మీరు ఆ జీవితం పొందాలంటే, కేవలం శుభ్రపరచడం కంటే అధిగమించి ఒక తేలికైన భావనామయ స్థితిలో మీ జీవితంలో వాబిసాబి మార్గానను సరించాలనుకుంటే, మీరు మీ జీవితంలోకి "దన్షారీ"ని ప్రవేశపెట్టవచ్చు.

దన్షారీ (断捨離) : అనవసరమైన దానిని వదిలించుకునే కళ

ఇది అనువదించడానికి వీలుకాని జపనీసు పదాలలో ఒకటి.

'దన్షారీ' 断捨離, దాని మూడు అక్షరాల అర్థం "దన్" 断 , 'నిరాకరించుట', 'షా' 捨 'విసరివేయుట' మరియు 'రీ' 離 'విడదీయుట'.

'దన్షారీ' మనకు అవసరంలేని వాటిని వదిలేసుకోవడాన్ని ప్రోత్సహించే తత్వం. చాలాసార్లు మనం నిల్వ చేసినవి మనకు ఆనందం ఇవ్వడానికి బదులు అల్బట్రాస్ (సముద్ర పక్షి) లాగా మన మెడకు చుట్టుకుంటాయి. ఎందుకంటే మనకు ఎక్కువ వున్న కొలది, వాటిని కాపాడుకుంటూ పదిలపరచుకుంటూ వుండాలి.

మన నిత్య జీవితంలో 'దన్షారీ' 断捨離 ని అవలంబించడానికి, దానికి వున్న మూడు అక్షరాల ద్వారా అది ఇచ్చే సూచనలు పాటించాలి.

1. 'దన్' 断 నిరాకరించు : ఇది 'దన్షారీ' యొక్క మొదటి అడుగు. మీరు మీ జీవితంలో నిరాకరించవలసిన వస్తువుల ఎంపికను ఇది కోరుతుంది.
2. 'షా' 捨 విసరివేయుట: 'దన్షారీ'లో రెండవ అడుగు. ఇందులో విసరివేయడం, వదిలివేయడం, దానం ఇవ్వడం లేదా మీరు మొదటి అడుగులో ఎంపిక చేసుకున్నదానిని పునరుపయోగించుట.
3. 'రీ' 離 వేరుపరుచుట: ఇది మూడవ అడుగు. మీరు మీ జీవితంలో విడదీసుకున్న వస్తువుల నుంచి భావగర్భితంగా కూడా వేరుపడివుండడం.

'దన్షారీ' ఒక ప్రత్యేకమైన మార్గం ద్వారా వస్తువుల నుంచి విడిపడమని నిర్దేశించదు. మీకు అక్కర్లేని వస్తువుల నుంచి మీకు వీలున్నంత వేగంలో విముక్తి పొందేలా చేస్తుంది.

మ్యారీకొండొ 'దన్షారీ'ని ఆకస్మికముగా అవలంబించమని చెప్తారు. అంటే: ఒక లేదా రెండు రోజుల్లో మీకు అవసరంలేని వస్తువులనన్నిటిని వదిలించుకునేలా కేటాయించండి. కాని నేను అడుగు తరువాత అడుగు వేయమంటాను. ఒక రోజు ఒక అలమారా, రెండవ రోజు ఒక గది, ఇలాగన్న మాట.

మీకు మ్యారీ కొండో ప్రకరణం ద్వారా గానీ, లేదా ఇంకా నెమ్మదిగా గానీ 'దన్షారీ'ని పొందికగా ప్రవేశపెట్టడం ముఖ్యం.

మొదటి అడుగు 'దన్' 断 'నిరాకరించుట' అవలంబించుటకు చాలా కష్టమైనది. ఎంపిక చేసుకోవడానికి మొదట్లో ఇబ్బందిపడతామని మనస్ఫూర్తిగా ఒప్పుకుంటున్నాను.

నాకవసరమో కాదో నిర్ణయించుకోలేని వస్తువులను "సందేహం" అని వ్రాసి వున్నపెట్టెలో పడెయ్యడం నాకు ఉపయోగకర ప్రకరణంలా కనిపించింది. ఇక ఆ పెట్టెను ఆర్నెల్లు దాకా తెరవనట్లైతే అప్పుడు 'షా' 捨 మరియు 'రీ' 離 అడుగులు వేయాలి అన్నమాట.

ఏళ్ల తరబడి 'దన్షారీ' అవలంబించిననేను శక్తివంతంగానూ స్వేచ్ఛగాను భావిస్తాను. నన్ను లోబర్చుకునే వస్తువులను దాటి నేను ఏ వస్తువునైనా వదిలించుకునే శక్తి కలిగి వున్నాను.

నేను సంతోషంగాను, వ్యతిరేకంగా అనిపించినా, నేను సంపదతో కూడి వున్నాను.

వాబిసాబి నవలంబించి జీవించడమంటే మీకున్నవన్నీ వదులుకోవడం కాదు. మిమ్మల్ని సంతోషంగాను, సుఖకరంగాను వుంచిన వాటిని మీతో వుంచుకోండి. మీకు అవసరంలేని వాటినే విసిరివేయండి.

మీ జీవితం అనే రమ్య ప్రదేశం చూడనీయకుండా పరధ్యానంలో పడవేసే వాటిని తొలగించుకోవడమే ముఖ్యం.

అమెరికన్ తత్వవేత్త హెన్రీ డేవిడ్ థరో అన్నాడు

"తాను విసర్జించదలుచుకున్న వస్తువుల పొంతనలో మనిషి ఐశ్వర్యవంతుడౌతాడు"

మినిమలిజమ్, నిరాడంబరత్వము

ఒక నిరాడంబర సజీవ జీవితం వాబిసాబి కనుగుణంగా జీవించా లనుకుంటే, మీరు మీ ఆలోచనా విధానాన్ని మార్చుకుని మీ చుట్టూ వుండే ప్రపంచంలో రణగొణధ్వని తొలగించుకోవాలి.

స్మార్ట్ ఫోన్‌లు చేతికందేంత దూరంలో వుంచి ఆధునిక సమాజం క్రొత్తవి నేర్చుకుందుకు అందిస్తూ, క్రొత్త టీవీ సీరియల్స్, వీడియో ఆటలు, చిత్రాలు మొదలైనవన్నీ అందిస్తూ మనని మరింత ఒత్తిడికి గురిచేస్తోంది. ఏదో విధంగా, ఈ విధమైన జీవితం ఎప్పుడూ ఏదో లోపం వున్నట్లు భావించేలా చేస్తుంది. అది మనలను ఎక్కువ వస్తువులను సేకరించుకునేటట్లు అలాగే ఇంకా ఎక్కువగా విజయాలను చేకూర్చుకునేందుకు ఒత్తిడి చేస్తుంది. మనకు మంచి ఉద్యోగం వున్నా, మనం డిగ్రీ పూర్తి చేసినా, మనం ఎంబీఏ చేయాలనుకుంటాము, ఇంకా పెద్ద ఉద్యోగాలలో చేరడానికి.

వాబిసాబి దీనికంతటికి వ్యతిరేకం. మనకు వున్న దాన్ని అంగీకరించడం. ఏ కొంచెం ఎక్కువగా కాదు, తక్కువకాదు, మనం వున్నట్లుగానే మనని మనం ప్రేమించటం.

ఒక్కదానికి ఒకటి కలుపుకుంటూ పోవడానిక బదులుగా వాబిసాబి మన జీవితంలో ఖాళీ నేర్పరుచుకునేటందుకు ప్రోత్సహించుతుంది.

ఆ రకంగా ఈ వినియోగదారు సమాజం కృత్రిమంగా ఏర్పరిచిన ప్రణాళికలను అనుసరించడానికి బదులు, ఈ క్రొత్తగా ఏర్పడిన ఖాళీ క్రమంగా అందమైనదానితోను అవసరమైనదానితోను నిండిపోతుంది. రణగొణధ్వని, ఒత్తిడికి గురిచేసే వాటికి బదులుగా కూడా ఇదే నిండిపోతుంది.

కానీ, ఈ విపరీతమైన పోటీకి లొంగిపోకుండా, ఇంకాఇంకా ఉన్నత పదవులు కావాలనుకోకుండా వుండడమెలా?

కొంతకాలం నేను అవరోధాలు ఏర్పరుచుకున్నాను. నా జీవితం దురాకర్షణల బారిన పడకుండా వుండేందుకు, ఇంకా ఇంకా వస్తువులను కలుపుకోకుండా ఉండేందుకు నేను అనవసరమైనదాన్ని వదిలించుకుంటూ, నా రక్షణవైపు అడుగులు వేసాను. కొండంత పేరుకుపోయిన మీ కక్కరలేని వస్తువులను వదిలించుకుంటే మీకు మధ్యలో దాగివున్న వజ్రం కనిపించవచ్చును.

సంఖ్యాస్థానాత్మక మినిమలిజం (డిజిటల్ మినిమలిజం సాధించుటకు ఉపయోగపడే హద్దులు

- ఒక సదృశమగు రోజుని వారంలో ఏర్పరుచుకోండి - ఉదాహరణకు ఆదివారము అప్పుడు మీరు ఏ సంఖ్యాస్థానాత్మక (డిజిటల్) పరికరాలను ఉపయోగించరాదు.

- మీ స్మార్ట్‌ఫోన్ విజ్ఞాపనలన్నిటిని త్రోసిపుచ్చండి, కేవలం మీరు ప్రేమించే వారితో మిమ్మల్ని కలిపేవి మాత్రం వుంచండి.
- మీ స్మార్ట్‌ఫోన్ నుండి ఎప్పటికి అంతమవ్వని యాప్‌లను తొలగించండి 'అంతమవ్వని' అంటే నా ఉద్దేశ్యమేమిటి? ఉదాహరణకి, మీరు ఎప్పటికీ క్రిందకి జరుపుకుంటూ పోగలిగిన సామాజిక మాధ్యమం యొక్క యాప్ లాంటిది.

సమాచార మినిమలిజమ్ సాధించుటకు ఉపయోగపడు హద్దులు

- వార్తా ప్రసారాలను మీ జీవితం నుంచి తొలగించుకోండి లేదా తీవ్రంగా కట్టుబాటులో వుంచాలి. ఎలా అయితే మనకు అనారోగ్యం కలిగించే ఆహారాన్ని తినకుండా వుండాలని అనుకుంటామో అలాగే మన మెదడుకు ఇచ్చే ఆహార విషయంలో కూడా జాగ్రత్త వహించాలి.
- వ్యర్థ వినోదం వీడండి. మీరు చూసే సీరియళ్లు, చలనచిత్రాలు, పుస్తకాలు తెలివిగా ఎంచుకోండి. వీడియో ఆటలు మితిమీరి ఆడకండి. మీ మెదడు వాడుకున్నవాటికి మీ వ్యక్తిత్వాన్ని మార్చే శక్తి ఉంటుంది.

ఆహార విషయంలో మినిమలిజమ్ సాధించుటకు వుపయోగపడు హద్దులు

- లెక్కలేనన్ని క్లిష్టమైన ఆహార నియమాల్లో చిక్కుకున్నట్లు భావించే బదులు అన్నిటిని తక్కువ మోతాదులో నియంత్రణతో భుజించండి. నేను 'హారహాబిబు' అనే నియమాన్ని అనుసరిస్తాను, అంటే ఎనభై శాతం కడుపు నిండాక, తినడం ఆపండి.
- మధ్యమధ్య ఉపవాసం అవలంబించండి. ఉదాహరణకి, మీరు ప్రొద్దునే 10 గంటల మొదలుకొని మరియు రాత్రి 9 గంటల మధ్యన తినడం మొదలు పెడతారు. ఈ సమయాన్ని దాటి ఏది తినరు. మీకు ధైర్యం

వున్నట్లు భావిస్తే, పరిమితి వున్న ఆహారాన్ని మధ్యాహ్నం 12 మొదలుకొని రాత్రి 7 గంటలలోపు ప్రయత్నించవచ్చు, ఇక వేరేమి ఆ సమాయాల్లో తప్పితే తినకూడదు.

సామాజిక మినిమలిజం సాధించుటకు ఉపయోగపడు హద్దులు

- ఉపయోగంలేని సంబంధాలను విసర్జించండి. మీరు 100 శాతం విశ్వసించే వారితో కలసి వుండండి. ఇదే నిజమైన స్నేహానికి ప్రతీక.
- జిమ్ రోషన్ చెప్పినట్లుగా "మీరు కలసి కాలాన్ని గడిపే ఐదుగురు వ్యక్తుల యొక్క సగటుయే మీరౌతా"రని తెలుసుకోండి. కాబట్టి మీ సంబంధబాంధవ్యాల ద్వారా మీరేం కావాలనుకుంటే అది మీరే నిర్ణయించుకోండి.
- తక్కువ మాట్లాడి, జాగ్రత్తగా ఇతరులను వినండి.

మినిమలిస్ట్ వ్యాయామం సాధించుటకు ఉపయోగపడే హద్దులు

- మీరు ఆరోగ్యంగా వుండడానికి అయిదు రకాలైన వ్యాయామాలను ఎంపిక చేసుకుని వాటినే మళ్లీమళ్లీ ఇరవై నిముషాల పాటు ప్రతీరోజూ చేస్తూ వుండండి. డజన్ల కొద్దీ వివిధ భంగిమలతో కూడిన క్లిష్టమైన వ్యాయామాలతో మిమ్మల్ని మీరు అయోమయంలో పడవేసుకోకండి. నిత్యం స్థిరంగా చేయడం ముఖ్యం.
- మీకు ఇంకా నిర్మాణాత్మకమైన కార్యక్రమం కావాలంటే, రేడియో టైషో నిత్యవ్యాయామాన్ని చాలామంది జపనీయులులా వారి శరీర సౌష్ఠవం గురించి ప్రతీరోజూ చేసినట్లు మీరూ ప్రయత్నించండి.

మీ దినచర్య పట్టికలో మినిమలిజం సాధించుటకు ఉపయోగపడే హద్దులు

- మీ దినచర్య పట్టికలో ఒకటో లేదా రెండు వారాలు ఇప్పుడే కేటాయించుకోండి. ఆ రెండు వారాలు వచ్చినప్పుడు, ప్రతీరోజు స్వేచ్ఛగా ఏం చేయాలో నిర్ణయించుకుంటూ, ప్రొద్దున్నే ఎప్పుడు లేవాలో నిర్ణయించుకుంటూ సంతోషంగా గడపండి.
- ఆ సెలవుల కోసం ఎదురుచూస్తూ, మీ కోసం రోజూ ఒక గంట కేటాయించుకుని, ఆ గంటలో ఏం చేయాలో ప్రత్యేకంగా తీర్మానించుకోకుండా వుండండి.

ప్రయాణాలలో మినిమలిజం సాధించుటకు వుపయోగించే హద్దులు

- సెలవుల సమయం వచ్చినప్పుడు, స్థలము, రోజు నిర్ణయించుకుని ప్రయాణానికి టిక్కెట్లు, నివాసానికి ఏర్పాట్లు మాత్రం చేసుకోండి. మిగిలినవాటిని, అంటే ఆ స్థలంలోని విశేషాలను తెలుసుకోవడం లాంటివి మీ అంతర్దృష్టికి వదిలెయ్యండి.

- మీ ప్రయాణాన్ని ట్రావెల్ ఏజెన్సీతో ముడిపెట్టుకొని మీ పనిదినాలలోకంటే ఇంకా శ్రమపెట్టే విధంగా మార్చుకోకండి.

వస్తువుల విషయంలో మినిమలిజయ్ సాధించుటకు వుపయోగించే హద్దులు

- కొత్తవి ఏవీ ఒక మూడు నెలల పాటు కొనకండి (ఆహారం తప్ప)
- మీరు ఏళ్ల తరబడి ఉపయోగించని వస్తువులను రెండు రోజులు కేటాయించి ఎంపిక చేసి పెట్టెలలో పెట్టి అమ్మేయ్యండి లేదా దానం చేయండి.

- మీరు కొంతకాలంగా ఉపయోగించని, మీకు ఇష్టమైనవాటిని బాగు చేసుకోండి.

ఆర్థిక విషయాల్లో మినిమలిజం సాధించుటకు ఉపయోగపడు హద్దులు

- అర్థం చేసుకోవడానికి కష్టమైన ఆర్థిక పరికరాలను గూర్చి సూచించే బ్యాంకు లేదా ఇతర సంస్థల యోచనలకు మిమ్మల్ని మీరు ఎరగా పడవేసుకోకండి. ప్రతీ నెల మీరు పొదుపు చేయదగిన సొమ్మును నిర్ణయించుకుని పొదుపు ఖాతాలో పొదుపు చేయండి.
- మీ వార్షిక ఆదాయవ్యయాల పట్టిక మీద ఎనలేని ప్రభావం చూపే మీ రోజువారీ చిన్న ఖర్చులను హద్దులో వుంచుకోండి.

నేను చెప్పిన అన్ని హద్దులు మీరు ప్రవేశపెట్టాల్సిన అవసరం లేదు. అది మీ మీద ఒత్తిడి పెంచి ఉత్పాదరహితంగా మారుస్తుంది. మినిమలిజం మీ జీవితంలో ప్రవేశపెట్టడానికి క్రమంగా ముందుకు సాగండి.

మీరు వాటిల్లో కొన్నిటిని మొదలుపెట్టిన తరువాత గొప్ప మార్పులను గమనిస్తారు. మీరు వాటిని అవలంబించి, మీ జీవితంలో రణగొణ ధ్వనిని తగ్గించుకునేందుకు మీ హద్దులను మీరే ఏర్పరచుకోండి.

ఆలోచింపదగిన ఒక జ్ఞానపు ముత్యం

నేను సముద్రం ఎదురుగా ఒక బండ మీద కూర్చున్నాను.
గాలి నా బుగ్గలను నిమురుతోంది.
అది రహస్యభాషలో నాతో మాట్లాడుతోంది.
ఎలాగో తెలియకపోయినా నాకు ఆ భాష అర్థమౌతోంది.
నేను శ్వాసిస్తాను తెలుసుకుంటాను,
చివరకి నాకు ఇంకేమీ అవసరం లేదని,

వాబి సాబి ఆధ్యాత్మికత

"సంతోషం మీకు సహజమైనది
దానిని ఆశించటం తప్పు కాదు
దానిని వెలుపల వెదకటం తప్పు
అది లోపల వుంది."

-శ్రీరమణ మహర్షి

అసంపూర్ణమైనదాని అందాన్ని దైనందిన జీవితంలో అంగీకరించడం మన కళాదృష్టి, సృజనాత్మక ఇంకా మన అలవాట్లలో మార్పు తేవడమే కాక అనేక పరిణామాలు వుంటాయి.

వాబిసాబి ఆవశ్యకత అర్థం చేసుకోవడం వల్ల వెలుపలి నుండి, లోపలి నుంచి కూడా వేరే విధంగా జీవితాన్ని ఎదుర్కొవడానికి దారి తీస్తుంది. అది ఒక తత్వశాస్త్రం. మన అహాన్ని కరిగించి మనం జీవితాన్ని అర్థం చేసుకునే మార్గం. అదే సమయంలో అది మనకు ప్రపంచం పట్ల, మన పట్ల లోతైన దృక్పథం ఇస్తుంది.

ఈ తాత్వికతను పెనవేసుకుని ప్రకృతితో స్పందించడమంటే ఒక ఆధ్యాత్మిక పరివర్తన, మనం తెలుసుకున్నామనుకున్నది అంతరించి తద్వారా వేరొక చైతన్యస్థితిలో పునర్జన్మ పొందడం.

నీవు త్వరగా మరణిస్తావని ఆశిస్తాను

లండన్ లాంటి భౌతికవాద పట్టణంలో అద్వైతం యొక్క ఆధునిక పాఠాంతరం-మానవ ఆత్మ, దైవత్వం యొక్క ఏకత్వం తెలిపే హిందు శాఖ అద్వైతం- ఎలా అభివృద్ధి చెందిందో గమనించడం ఆసక్తిదాయకం.

బ్రిటీషు పాత్రికేయుడు టోని పార్సన్స్, తన పుస్తకం "యాజ్ ఇట్ ఈజ్" (యథాతథంగా)లో తన సాధారణ నడకలో ఎలా చైతన్యాన్ని అనుభవించాడో వివరించాడు.

ఒక రోజు నేను లండన్ శివారులోని ఒక ఉద్యానవనంలో నడుస్తూ వుండగా నా మస్తిష్కం అంతా భవిష్యత్తు గురించి ఇది జరుగుతుంది లేదా ఇది జరగదు అంటూ ఊహాగానాలతో నిండిపోయిందని గ్రహించాను. ఆ యోచనలను వెళ్లగొట్టి కేవలం నడకలో నిమగ్నమౌదామని నిర్ణయించు కున్నాను. అడుగడుగునా దీక్షతో ముందుకు వెళ్తున్నప్పుడుల్లా ప్రతీ అడుగులోని వైశిష్ట్యం అనుభూతిలోకి వచ్చింది. కానీ ఒక క్షణం వున్నట్లుగాను, మరుక్షణం మాయమైనట్లుగాను అనిపించింది. ఎప్పుడూ ఒకే విధంగా అనిపించలేదు.

ఇదంతా జరుగుతుండగా నాలో ఒక మార్పు సంభవించింది. నన్ను నేను నడుస్తున్నట్లుగా చూడటం నుంచి నడక అనే ప్రక్రియను అనుభవించడం జరిగింది. తరువాత జరిగినది వివరించలేను. సూటిగా కాక కేవలం మరోలా చెప్పాలంటే శుద్ధమైన స్తబ్ధత, దాని వర్తమాన పరిస్థితి అన్నింటిలోనూ అవతరించినట్లు అనిపించింది. సర్వం కాలానికి అతీతమైన నా ఉనికి మాయమైనది. నేను మాయమైనాను. తరువాత, కర్త అనేవాడు లేడు".

ఈ అనుభవం తరువాత టోని పార్సన్స్ లండన్‌కి సంపన్న పరిసరమైన హాంప్‌స్టెడ్‌లో అద్వైత్వం మీద చర్చలు ప్రతిపాదించాడు.

అతని శిష్యులలో ఒకరైన రిచర్డ్ సిల్వెస్టర్ హఠాత్తుగా ఒక రైల్వేస్టేషన్‌లో చైతన్యంతో మేల్కొన్నాడు. నిజానికి అతను టోని పార్సన్స్‌తో కలిసి నడకతో మొదలై, పబ్‌లో ఒక పానీయంతో ముగిసే అనియత సమావేశాలలో అతనితో ఏదో అనగా తన ఆధ్యాత్మిక ప్రయాణాన్ని ప్రారంభించాడు.

రిచర్డ్ సిల్వెస్టర్ మాటల్లోనే..

"ఒకప్పుడు నేకొక సాధకుడిని. సుధీర్ఘంగా ధ్యానం చేస్తూ కర్మనుసారంగా, జాగ్రత్తగా జీవిస్తూ, షట్చక్రాల శక్తిపాతం ద్వారా పవిత్రుడునౌతూ, గురువుల ఆశీర్వాదాన్ని పొందుతూ గమ్యాన్ని చేరుకుంటున్నాను అనుకున్నాను. అప్పుడు ఒక దారుణం ఒకటి జరిగింది. టోని పార్సన్స్‌ని కలిశాను. అదే నా జీవితానికి ముగింపు ఒకానొక కలయిక తరువాత టోని నన్ను కౌగిలించుకొని "నీవు త్వరలో చనిపోతే బావుంటుంది" అన్నాడు.

సిల్వెస్టర్ ఆ వాక్యాన్నే తన పుస్తకానికి పేరుగా నిర్ణయించి, దానిలో ఆధ్యాత్మిక స్వేచ్ఛ లాభం కాదని, నష్టమని వివరిస్తాడు. మీరు నియామానుసారంగా వున్నట్లు ఆలోచించడం మానెయ్యండి, మీ చుట్టూ వున్న జీవితం కన్నా మీరు విశిష్టమేమి కాదు:

"అద్వైతాన్ని దర్శించినప్పుడు వ్యక్తి తనతో నిరంతరం దగ్గర పెట్టుకునే భయం, బలహీనత మటుమాయమై జీవించడం ప్రారంభిస్తాడు మరియు పూర్తి ప్రశాంతతను పొందుతాడు. ఏది జరిగినా ఒక సంతృప్తిని పొందుతాడు, ఏది జరగాలో అనే ఆకాంక్ష కూడా మాయమౌతుంది.

ఆధునిక అద్వైతుల మాదిరిగానే, వాబిసాబి లోతుల్లోకి వెళ్లి చూస్తే అది పరిపూర్ణత్వం, నియంత్రణ మీద మన ఆకాంక్ష వదిలేసుకునేటట్లు చేస్తుంది. జీవితంలోని నిశ్చితాలను విసర్జిస్తాము కాని హైందవ సిద్ధాంతానికి విరుద్ధంగా మరొక ఆలోచన కలదు. దీనికి మూడు వేడుకతో కూడిన తార్కాణాలున్నాయి.

1. అసంపూర్ణత్వంలోని దైనందిన వేడుక

అన్నీ నిర్ధారించిన రీతిలో వుండాలన్న ఆలోచనని మనం నిషేదిద్దాం. ప్రకృతిలో ప్రతీది వంకరగానూ, హెచ్చుతగ్గులుగానూ, వంపుగాను వుంటే, అలాగే మానవ పరిస్థితి కూడా: కాబట్టి సమ్మతి లేదా ఒదుగుదల కాదు, ఉన్నది ఉన్నట్లుగా ప్రేమించడం, అది మొదలుగా అభివృద్ధి సాధించడం అవసరం.

ఈ పద్ధతికి అభినందనలు, మనం ఈ విధంగా పరిగణించవచ్చు.

- మొదటిసారి అన్నీ సరిగ్గా వుండవు, ఎందుకంటే అది మనకు నేర్చుకునేందుకు, అభివృద్ధి చెందడానికి అవకాశం ఇస్తుంది.
- ఏదైతే చమత్కారంగా, తప్పుగా, ప్రత్యేకంగా వుందో దాని అందం గ్రహించడం ఈ ప్రపంచంలో చేతనత్వంతో వుండడం.
- మనలోని అవకతవకలని ప్రేమించినట్లుగానే ఇతరులు అవకతవకలని ప్రేమించడం. తద్వారా అభివృద్ధికి మొదటి మెట్టుగా వుండడం.
- అనుభవం వున్న మనుష్యుల లాగానే - ఒక వంకర కప్పు, లేదా విరిగినదానికి చెప్పడానికి అందమైన కథలున్నాయి.

అవకతవకల ప్రపంచంలో మనం అసంపూర్ణ వ్యక్తులం. కాని దానిలోని అందాన్ని గ్రహించగలిగితే జీవితంలో ప్రతీ పగులు లేదా హెచ్చుతగ్గులలోను మనం విలువను కనుగొనగలుగుతాము.

2. అసమగ్రమైన దైనందిన వేడుక

మనం ఎప్పుడూ అభివృద్ధి చెందుతాము కనుక మనం అసంపూర్ణంగా వున్నాకాని అసమగ్రమైనవారము కాదు. గొప్ప నవలా రచయిత ఎవరు కూడా తన రచనను పూర్తిగా సమగ్రంగా వ్రాయడం జరగదు-కేవలం పూర్తిగానటువంటి ఇంకొక రచన దాని నుంచి ప్రారంభం కాకుండా నిషేధిస్తాడు.

'ఎన్సో' చక్రం ఎప్పటికి మూసుకోదు, మనం ప్రపంచంలోకి జీవించటానికి వచ్చాము కానీ ఏదీ పూర్తి చేయడానికి కాదు. జీవితంలోని అసమగ్రత్వానికి ధన్యవాదాలు, మనం ఈ విధంగా పరిగణించవచ్చు..

- జీవితం ఒక కొనసాగింపు. మీకు ఎదురైన అనుభవం నచ్చకపోతే, మీరు చేసినదానికి చింతిస్తుంటే, మీరు దానిని మళ్లీ వేరే విధంగా ఇంకా బాగా చేయడానికి అవకాశం వుంది.
- చివరి అధ్యాయం ఎప్పటికి వ్రాయలేము. నిజానికి, జీవితం ఒక ముగింపులేని రచన గనుక చేయాల్సినది ఇంకా వుంటుంది.
- మనం ప్రపంచాన్ని దాటి వెడుతాము కానీ జీవిత పాఠశాలకు ముగింపు లేదు. జీవితమంటే నిరంతర శిక్షణ, అదే దానిని ఉద్వేగంగానూ, అర్థవంతంగానూ చేస్తుంది.
- మనం అసమగ్రమైన వారిమని తెలుసుకొనుట ఒక ఆశీర్వాదం లాంటిది. ఎందుకంటే అది మనను వినమ్రంగానూ, మనం అభివృద్ధి చెందాలన్న విషయం తెలియజేస్తుంది.

3. అస్థిరత్వంలోని దైనందిన వేడుక

మనం ఎగిరిపోయే పక్షులమని తెలుసుకోవడానికి తగినన్ని మరణాలు మనం చూసివుంటాము, కాని రవీంద్రనాథ్ ఠాగూర్ చెప్పినట్లు "నేను నా రెక్కల

ఛాయలు విడచి వెళ్లకపోవచ్చును, కాని నేను ఎగిరి వెళ్లినందుకు గర్విస్తున్నాను".

అస్థిరత్వం గురించిన జ్ఞానానికి ధన్యవాదాలు, మనం ఈ విధంగా పరిగణించవచ్చును..

- ఈ క్షణమే మన ఆఖరి క్షణం కావచ్చు. కాబట్టి మన మనస్సు లగ్నం చేసి ఎంత వీలైతే అంత మనస్ఫూర్తిగా జీవించుతాము.
- మనం నిరంతరం వుండనట్లుగానే, మనతో వుండేవారు కూడా ఎప్పుడూ వుండరు. కాబట్టి ప్రతీక్షణం విశిష్టమైనదిగా భావించి జీవించాలి. 'ఇచిగో-ఇచి' సామెత చెప్పినట్లుగా: "మనం జీవిస్తున్నదేది మళ్లీ జరగదు"
- మనకున్న వాటిల్లో కాలం అత్యంత విలువైనది. సరఫరా, గిరాకీ వ్యాపార సూత్రాననుసరించి, "కొరత విలువని ఏర్పరుచుతుంది", నిముషం కంటే కొరతైనది లేదా విలువైనది ఇంకొకటి లేదు. మీరు వ్యర్థపరిస్తే మళ్లీ సంపాదించడం కష్టం.

మనం అశాశ్వతమైన వారమే, కాని నిముషం యొక్క గుణం గ్రహించగలిగితే, ఆ నిముషం శాశ్వతతత్వాన్ని నింపుకుంటుంది.

చివరి మాట

సాధ్యమైనంత అసంపూర్ణ వ్యక్తిగా వుండండి

అసంపూర్ణత్వంలోని అందాన్ని గురించిన అంతరంగ ప్రయాణం చివరి పుట వ్రాస్తున్నప్పుడు టామా నిప్పు దగ్గరగా గాఢంగా నిద్రిస్తున్నట్లు గమనించాను. ఈ చెక్క నేలపై పిల్లి ఉనికి నన్ను మంత్ర ముగ్ధున్ని చేసింది. నాయీ సహచారి నిరంతర వర్తమానంలో జీవిస్తుంది.

కిటికీ నుంచి ఆకురాలిన చెట్లను చూస్తే నా ఉనికి గురించిన ఆలోచనలు నాకు కలిగాయి. జీవితం ఎంత అద్భుతమైన, అశాశ్వతమైనదో

నా క్రొత్త హైకూ బల్ల మీద వుంటుంది:

నేను అడుగు తరువాత అడుగు వేస్తాను
తరువాత అడుగులో నేను ఏం కనుగొంటాను?
ముగింపు ఎక్కడ కనపడుతుంది?

అదృష్టవశాత్తు మనకు తెలియదు. అశాశ్వత్వంలో మంచి విషయం ఏమిటంటే, ప్రతీది సాధ్యమేననిపించడం. ఒకసారి మీ పరిధిలో ఏమి లేదని ఒప్పుకున్నాక, ప్రపంచం మారుతూ ఒక విచిత్రమైన రాతలాగా ఆవిష్కరింపబడుతుండగా, మీరు చింతించడం మానేసి, ఆ సాహసాన్ని ఆనందిస్తూ సాగిస్తారు.

అసంపూర్ణత్వాన్ని అంగీకరించడమంటే అనుగుణ్యతలోకి జారిపోయి నిశ్చలంగా వుండిపోవడానికి సాకుగా తీసుకోవడానికి కాదు. మనం ప్రతిరోజు అడుగు ముందుకు వేస్తూ వీలున్నంత అసంపూర్ణ వ్యక్తిగా వుండాలి.

ఇక్కడ జపానులో, భూకంపాలు, సునామీలు, తుఫానులు ఇతర ప్రకృతి వైపరీత్యాలు ఏవీ శాశ్వతం కాదన్న విషయాన్ని గుర్తు చేస్తాయి. వాబిసాబి ద్వారా చూసినందువల్ల, అన్ని అశాశ్వతమని, అసమగ్రమైనవని, అసంపూర్ణమైనవని తెలుసుకుని, జీవితంలోని చిత్తభ్రమలను ఎదుర్కొంటూ, సంతోషంగా వుంటారు, మీరు అనుకున్నదానికి వ్యతిరేకంగా జరిగినా తక్కువగా బాధపడతారు.

మీరు జీవితంలో మూడు విషయములు గురించి నిశ్చింతగా వుండవచ్చు: శరీరము, మస్తిష్కము, ఈ భూమి మీద పరిమితి గల కాలము. ఈ దినుసులతోటి, మీ జీవితానికి సరిపోయేది ప్రత్యేకంగా మీదే అయినది తయారు చేసుకోండి: ఇతరులెవరు రుచి చూడలేరు–మీరు మాత్రమే!

అశాశ్వతత్వం నడుమ ఆనందంగా వుండడానికి సాహసించండి.

ప్రకృతి యొక్క అద్భుతమైన రాగానికి అనువైన రీతి, ఎక్కువగా అశించకుండా మీ జీవితాన్ని మీరు గడిపినట్లైతే, రానున్నది ఎప్పుడూ మంచిదే?

– నోబువా సుజుకీ

గ్రంథ పట్టిక

- ఎక్కర్మన్ డైనె, "డాన్ లైట్: డాన్సింగ్ విత్ క్రౌన్స్ ఎండ్ అథర్ వేస్ టు స్టార్ట్ దడే", డబ్ల్యూ, డబ్ల్యూ నార్టన్ ఎండ్ కంపెనీ (2010)
- బ్రౌన్ బ్రెన్, "ద గిఫ్ట్స్ ఆఫ్ ఇమ్పర్ఫెక్షన్," హెజల్టన్ పబ్లిషింగ్ (2010)
- కాంప్‌బెల్ జోసఫ్, "ద హీరో విత్ ఎ థౌజండ్ ఫేసెస్," న్యూ వరల్డ్ లైబ్రరీ (2008)
- డేవి హెచ్.ఇ., "ద జపనీస్ వే ఆఫ్ ద ఆర్టిస్ట్," మిచి పబ్లిషింగ్ (2015)
- కాఫ్కా ఫ్రాంచ్, "ద డైరీస్ ఆఫ్ ఫ్రాంజ్ కాఫ్కా (1910–1923) ద సెహోకెన్ కాఫ్కా లైబ్రరీ (1988)
- కెన్కో ఎండో కోయె, "ఎస్సెస్ ఇన్ ఐడిల్ నెస్ ఎండ్ హోజోకి, పెంగ్విన్ (2014)
- మిరల్లెస్ ఫ్రాన్సిసే, "వాబిసాబి", ఆల్మా బుక్స్ (2017)
- మిషిమా యుకియో, "కన్ఫెషన్స్ ఆఫ్ ఎ మాస్క్", న్యూ డైరెక్షన్స్ (1958)
- ఒడిన్ స్టీవ్, "ట్రాజిక్ బ్యూటీ ఇన్ వైట్‌హెడ్ ఎండ్ జపనీస్ ఈస్థిటిక్స్", లెక్సింగ్‌టన్ బుక్స్ (2016)
- పార్సన్స్ టోని, "యాజ్ ఇట్ ఈజ్", ఇన్నర్ డైరెక్షన్స్ (2000)
- సోయెట్సుయనాగీ, "ద అన్నోన్ క్రాఫ్ట్స్‌మన్: ఎ జపనీస్ ఇన్‌సైట్ ఇంటు బ్యూటీ పేపర్ బ్యాక్", కోడాన్షా ఇంటర్నేషనల్ (2013)
- సిల్వెస్టర్ రిచర్డ్, "ఐహోప్ యుడై సూన్", నాన్–డ్యూయాలిటి (2006)
- టానిజకి జునిచిరో, "ఇన్‌ప్రైజ్ ఆఫ్ షాడోస్"; లీటెస్ ఐలాండ్ బుక్స్ (1977)
- థోరో హెన్రీ డేవిడ్, "హోల్టన్", ఫ్లేమ్ ట్రీ (2020)